R. E. MICHEL
Nguyên Thanh-tra các trường
Nam-Định
SOẠN
—

NGUYỄN-VĂN-DƯ
Giáo-học
Nam-Định
DỊCH
—

ĐỊA-DƯ NAM-ĐỊNH

SOẠN THEO CHƯƠNG-TRÌNH LỚP SƠ-ĐẲNG VÀ DỰ-BỊ
DÙNG CHO HỌC-TRÒ CÁC TRƯỜNG SƠ-ĐẲNG VÀ
CÁC THÍ-SINH BẰNG SƠ-HỌC YẾU-LƯỢC

Có bài tựa của Quan Tổng-Đốc Nam-Định
Trần đại-nhân

HIỆU SÁCH MỸ-THẮNG
50c — Phố Hàng Song — NAM-ĐỊNH
XUẤT BẢN

Giá . . . 0$20

SÁCH MUA BUÔN

tại Bản-hiệu được trừ hoa hồng như sau này:

50	quyển trừ	10%
100	» »	15%
200	» »	20%
500	» »	25%

MỸ-THẮNG
50:, Phố Hàng Song
NAM-ĐINH

R. E. MICHEL
Nguyên Thanh-tra các trường
Nam-Định
SOẠN

NGUYỄN-VĂN-DƯ
Giáo-học
Nam-Định
DỊCH

ĐỊA-DƯ NAM-ĐỊNH

SOẠN THEO CHƯƠNG-TRÌNH LỚP SƠ-ĐẲNG VÀ DỰ-BỊ
DÙNG CHO HỌC-TRÒ CÁC TRƯỜNG SƠ-ĐẲNG VÀ
CÁC THÍ-SINH BẰNG SƠ-HỌC YẾU-LƯỢC

Có bài tựa của Quan Tổng-Đốc Nam-Định
Trần đại-nhân

HIỆU SÁCH MỸ-THẮNG
50c — Phố Hàng Song — NAM-ĐỊNH
XUẤT BẢN

Giá . . . 0 $ 20

TỰA

Nay ông Giáo-học NGUYỄN-VĂN-DƯ mới dịch quyển địa-dư tỉnh Nam-định của M. MICHEL làm tại khi ngài lĩnh chức Thanh-tra học-chính tỉnh này đã mấy năm trước.

Chiều theo chương-trình việc học, về phần địa-dư, thì những ban Sơ-học ở trường tổng, xã, trước hết hãy nên cho người tỉnh nào học địa-dư tỉnh ấy, vì sợ rằng chỗ quê cha đất tổ còn chưa biết, đã toan vỡ-vẽ biết những chuyện đâu đâu.

Ngặt vì các thày giáo phần nhiều ở nơi khác đến, phong-thổ chưa quen, muốn kê-cứu cũng khó vì chốn hương-thôn nào có sẵn sổ sách đâu. Vì thế mỗi khi trọn bài nhật-giảng, muốn cho đúng như học-quy, tất phải khó khăn tìm tòi mãi.

Trong nhà trường cơ-thủy có sự khẩn-nhu như thế, nhưng kể về phong-vật-chí của riêng từng tỉnh, duy cựu-học thường có bản lưu-chuyển, mà tân-học thì chỉ có địa-dư chung thôi.

M. MICHEL là một nhà văn-học, chịu khó tìm tòi, lại nhận chức thanh-tra các trường trong tỉnh lâu năm, đủ thì giờ để quan-sát, trước-thuật, nên đã có nhiều sách xuất-bản, như Pháp-tự tập-đọc vân vân, mà nhất là bản này lại càng trúng-dụng hơn nữa.

Nay ông giáo Nguyễn-Văn-Dư *theo bản chính
dịch ra, từ thành-phố cho đến các phủ, huyện,
nào là lịch-sử, vị-trí, diện-tích, dân-cư, lý-lộ, sơn-
xuyên, đồng-điền, xuất-sản và nghệ-nghiệp vân
vân đều vắn-tắt dễ hiểu, vì để lưu-tặng cho
các bạn sơ-học, thì đã cần đâu đến chuyện
sâu xa, thế cũng là phù-hợp với tinh-ý nghị-định,
giậy người chưa học địa-dư cần cho biết qua
trong địa-hạt mình mình trước đã, rồi sau sẽ từ
hoàn-cảnh mình mà kê-cứu kỹ lại và học rộng
ra.*

*Tôi chắc khi xuất-bản quyển sách này được
các trường Sơ-học trong tỉnh hoan nghênh để dùng
làm thảo-liệu cho giáo-sư xuất-đề và làm cơ-sở
cho độc-giả nhập môn về địa-dư-học.*

Nay tựa .

Làm tại Nam-Định ngày 21 Août 1929

Le Tổng-Đốc

Trần-Văn-Thông

TỈNH NAM-ĐỊNH

THÀNH-PHỐ, PHỦ, HUYỆN.

LỊCH-SỬ VÀ ĐỊA-DƯ

Thành-phố Nam-Định

Lịch-sử. -- Vì không tìm được những bản sưu tập về lịch-sử Nam-Định cho đích xác nên cũng khó lòng mà biên-tập được lịch-sử tỉnh này tự khi mới thành-lập.

Người ta chỉ biết rằng từ đời hậu Lê, thành-phố Nam-Định vẫn ở nguyên chốn cũ như ngày nay gọi là Sơn-nam-hạ-lộ đối với Hà-nội gọi là Bắc sơn-Nam. Tỉnh Nam-Định tên trước cũng vẫn gọi như thế.

Khi vua Gia-Long lên ngôi được hai năm thì ngài liền sửa sang lại thành-phố Nam-Định cho kiên-cố. Ngài sai sây thành Nam và dào hố cùng lũy chung quanh. Đời vua Minh-Mệnh lại sây thêm thành-lũy bằng gạch và một cái cột-cờ đến nay hãy còn trơ trơ đứng ở dữa tỉnh.

Trường thi mãi đời Thiệu-Trị mới thành lập (1845). Ấy chính nơi ấy cứ ba năm một lần lại có kỳ thi để tuyển các sỹ-tử . Khắp các tỉnh sứ Bắc-Kỳ đều có các bậc văn nhân về ứng-thi để tranh giải giật lèo lấy chân cử-nhân hay tú-tài. Cái miếng đất rộng ấy ngày nay dùng để nơi tầu bay đỗ.

Kể chuyện sự thất thủ thành Nam thì cũng nên biết lại truyện người Tây chiếm xứ Bắc-Kỳ khi trước thế nào. Thành Nam-Định lượt đầu bị lấy vào ngày 11 Décembre 1873 bởi một ông quan võ Francis-Garnier. « Ông Bonnal có nói rằng : Ông Francis-Garnier xuống thành Nam ngày 7 Décembre 1873 bấy giờ còn thuộc quyền quan Annam cai-trị. Đến ngày 10 Décembre thì ông tới nơi bị những súng ống của các quan Annam sai bắn. » Tầu chiến của người Tây bấy giờ cũng nổi hiệu bắn và hạ được thành của ta.

Một tờ hòa-ước có ông quan hai thủy-binh tên là Philastre (1874) đứng ký trả lại thành Nam-Định và các thành khác cho ta.

Sau vì các quan Annam bất phục mà nước Pháp lại phải cử sự đối với triều-đình ta « Ông quan năm Henri Rivière ngày 25 Mars 1883 xuống thành Nam đem theo mười chiếc tầu và ba chiếc chiến thuyền có binh-lính. Ông viết thư ép quan Tổng-Đốc Nam-Định phải giả lại thành Nam. Cái thơ ấy không ai trả lời đến ngày 29 Mars 1883 những tầu chiến hạ lệnh bắn súng ; quan Annam chống cự lại cũng riết, lính Tây sông được vào tỉnh nhưng không may quan tư Carreau bị tử trận. » Ông quan năm Baden đuổi quân Annam và chiếm lấy thành rồi đóng quân ở đấy.

— Từ năm 1883 tỉnh Nam-Định ở dưới quyền nước Pháp đã thấy thay đổi nhiều. Tỉnh Nam bây giờ sạch sẽ, mở rộng thêm và đẹp hơn. Muốn biết cho rõ thì nên đọc lại tờ ký-sự của ông Bonnal viết năm 1873 rằng : « Có hàng từng rẫy nhà gianh ở hai bên bờ sông, ngõ hẻm bẩn lắm, những ngõ ấy chạy dài mãi đến tận thành ; dấy tỉnh Nam thửa trước như thế đấy, lại mang tiếng là tỉnh rộng nhất, đông dân nhất và giầu nhất, trừ thành phố Hanoï ra không kể, còn hơn hết các tỉnh ở Bắc-Kỳ.

Vị - trí, Diện - tích, Phong - cảnh. — Tỉnh Nam ở về hữu-ngạn con sông Nam-Định còn thành phố thì cách tả-ngạn con sông Hồng-Hà năm cây-lô-mét. Mặt đất rộng được 100 mẫu tày. Tỉnh này ở về giữa miền giầu có nhất, đông dân nhất ở xứ Trung-Châu. Ông Henri-Cucherousset đã nói : « Tỉnh Nam là một tỉnh to tát, sạch sẽ, có nền nếp đáng làm gương cho các tỉnh khác. »

Phố xá rộng rãi đều lát đá cả, hai bên đều có hè.

Ở các phố ta ở thì đông đúc, dân cư làm ăn cần mẫn; ở các phố tây thì nào đường xá rộng rãi hai bên trồng cây, nào công viên, nào trại lính, nào dinh quan Sứ, nào các nhà máy, các công sở; giả không có thành-phố Hanoï thì trông Nam-định có vẻ ra chốn đế đô lắm.

Cái cột cờ ở chỗ thành cũ hãy còn chót vót dứng ở trong tỉnh và về phía bắc có cái trường to gọi là trường Jules-Ferry có 18 lớp.

Thành phố thắp bằng đèn điện và nay đã có máy nước rắn đi khắp mọi nơi rồi.

Dân-cư. — Dân cư thành phố Nam-Định ước độ 60.000 người. Người Annam có độ 58.000

thì vừa buôn bán vừa làm thợ. Người Âu vừa làm quan, làm kỹ-nghệ, khai đồn điền thì ước độ bốn trăm. Người Hoa-Kiều và một ít người Tây-đen cùng Nhật-bản phần nhiều đều buôn bán cả.

Phép cai trị. — Thành phố Nam-Định bây giờ thành ra thành phố tây, theo nghị-định ngày 17 Octobre năm 1921. Có một hội-đồng thành phố cai-trị, hội đồng ấy có những hội-viên người Pháp người Annam, chủ tọa có quan Đốc-Lý, ngài vừa là quan đầu tỉnh nữa.

Thành phố thì chia ra làm 10 hộ có các ông hộ-phố trông nom. Những hộ ấy là : Nam-An, Nam-Mỹ, Nam-Long, Nam-Xuyên, Định-Tiền, Định-Hậu, Định-Tả, Định-Hữu, Định-Trung và Định-Tân.

Các ông Sen-đầm và các thầy Cảnh-sát ở dưới quyền một ông Cẩm người Tây, trông nom việc trị an trong thành phố.

Đội pháo-thủ thứ tư, và một cơ lính khố xanh đều có trại ở Nam-Định cả.

Ở Nam-Định có một tòa tây-án và một tòa nam-án.

Việc học. — Thành phố Nam-Định thửa xưa là một nơi văn-vật ở xứ Bắc-Kỳ ngày nay cũng còn là một tỉnh có lắm quan và lắm các hàng văn-thân.

« Kỳ thi Nam-Định cứ 3 năm lại có một lần để tuyển lấy các ông Cử-nhân và Tú-tài, thửa xưa kỳ thi ấy oai-nghiêm và có khí vị lắm.

Nhưng đến năm 1915 kỳ thi ấy lại bãi đi rồi.

Con cái và cháu chắt các ông Cử, Tú lại sồ đẫy về đường tân-học. Vì thế những trường sơ-học-pháp-việt đã mở mang khắp trong thành phố và rồi ra còn mở mang thêm nữa. Hiện nay người ta đã tính được 43 lớp học con giai và 8 lớp học con gái. Lại còn ban Sư-Phạm, trường trẻ con Pháp và trường Thành-chung nữa ; lại có hội Trí-Tri và hội Học-giới-bảo-Trợ đã có hơn hai nghìn hội viên, hai hội này giúp người Annam học chữ tây cho chóng giỏi.

Công-nghệ. — Trừ Hanoï và Hải-phòng ra thì Nam-Định là thành-phố có lắm kỹ-nghệ nhất ở xứ Bắc-Kỳ.

Người ta thấy ở Nam-Định có:

1º) Một nhà máy sợi, có thể dùng được 6.000 người thợ Annam;

2º) Một nhà máy tơ có từ 1.300 người đến 2.800 người thợ tùy theo các mùa;

3º) Một nhà máy rượu vừa là nhà máy say gạo;

4º) Một nhà máy cưa máy gạch;

5º) Một nhà máy điện vừa mở xong;

6º) Một nhà máy nước đang sây (hiện bây giờ đã song rồi).

Kỹ-nghệ bản sứ thì có: nghề thêu, nghề khảm, nghề dệt tơ lụa. Có một thứ lụa cải hoa rất đẹp gọi là «*Cắp*» làm ở Nam-Định thì đã có tiếng ở trong xứ.

Những kỹ-nghệ ấy ngày nay phồn thịnh lắm

và những người thợ ngày nay khéo hơn thợ thuở xưa nhiều.

Sự buôn bán. — Nam-Định nguyên là một thành-phố buôn bán. Sự buôn bán ngày nay khác với sự buôn bán 20 năm về trước nhiều. Đến cái cửa hàng nhỏ mà một bà ngồi sồm bán hàng, tính đổ đồng được độ 15 $ hay 20 $ thì bây giờ đã thành ra những cửa hàng có lắm hàng hóa cũng như cửa hàng người khách vậy. Người ta thấy nào hàng cơm ta, hàng cơm tây rất đẹp và những cửa hàng to (lời ông Cucherousset nói).

Nam-Định lại là một nơi cung cấp các thứ đồ ăn cho các tỉnh lân-cận như Hanam, Thái-Bình Ninh-Bình, những thổ-sản đem ra ngoài bán là : gạo, ngô. Những đồ khảm ở Nam-Định thì có tiếng lắm và chở đi bán khắp cõi Đông-Pháp. Những phố buôn bán chính ở Nam-Định là : phố cửa Đông (rue Carreau) phố khách (rue Maréchal Foch) phố hàng Đồng (rue du cuivre) phố cửa trường (rue Harmand) phố bến thóc (le quai Lamothe de carrier).

Người bản xứ buôn bán với nhau đã có 4 cái chợ to: chợ Rồng có sáu gian bằng gạch rất to, chợ cửa Trường, chợ Nhớn hay chợ Vị-Hoàng, chợ Bến-thóc hay chợ Đò-chè.

Trong thành - phố có chợ Rồng to hơn cả. Hàng năm cứ đến tháng 11 tây có một phiên chợ gọi là (Hội-chợ Nam-Định) sáng lập ra bởi quan nguyên công-sứ Graffeuil; hội chợ họp trong các gian chợ ấy. Những đồ kỹ-nghệ bản-xứ như đồ đồng, đồ khảm, đồ tơ lụa, đồ thêu và các thổ-sản ở vùng nhà quê hay các tỉnh lân-cận cũng đem bầy hội chợ cả. Từ năm 1926 nhờ quan Đốc-Lý Henri-Géhin hết lòng trông nom đến, hội-chợ nay đã thấy tấn bộ nhiều.

Đường giao thông. — Con đường xe-lửa Hà-nội đi Vinh có đi qua Nam-Định. Một đường rất rộng có lát đá cũng theo con đường sắt nối thành-phố lại với các tỉnh lân-cận. Những đường đi xe được từ Nam-Định văn-Lý (chỗ làm muối), qua Lạc-Quần, (có con đò ngang), qua Hải-Hậu và chợ Cồn, đi Quất-Lâm (chỗ tắm bể) ; đi phủ Xuân-Trường qua Lạc-Quần ; đi phủ Nghĩa-Hưng qua núi Gôi v. v..... nói tóm lại là có thể đi khắp được mọi nơi.

Thuyền và tầu-thủy chạy ở con sông Nam-Định luôn luôn mà vì thế mà con sông này thành ra vui. Bến tầu Nam-Định cũng phồn thịnh lắm. Ngày nay cũng có tầu-thủy chạy Hà-nội, Hải-phòng, Kiến-An, phủ Nho-Quan, Kim-Sơn (Ninh-Bình) cửa Múc (Hải-Hậu), phủ Nghĩa-Hưng, Hành-Thiện (Xuân-Trường)

Tỉnh Nam-Định

Tỉnh Nam-Định có 900.000 dân cư, có chín phủ huyện :

1· Phủ Xuân-Trường trước là huyện Giao-Thủy ;

2· Phủ Nghĩa-Hưng trước là huyện Đại-An ;

3· Huyện Hải-Hậu ;

4· Huyện Nam-Trực ;

5· Huyện Trực-Ninh;

6· Huyện Mỹ-Lộc;

7· Huyện Vụ-Bản;

8· Huyện Ý-Yên;

9· Huyện Phong-Doanh.

Thành phố Nam-Định thì ở dữa tỉnh-ly, các tòa, các sở đều ở đấy, có quan Công-Sứ đứng đầu tỉnh.

Chính trị Annam đứng đầu thì có quan Tồng-Đốc, có quan Án-Sát và quan Thương-Tá giúp việc. Công việc trong thành phố và tỉnh Nam-Định thì có:

Một quan thày thuốc Tây đứng đầu nhà thương coi sự vệ-sinh cho thành-phố, coi phòng chữa bệnh, phòng đàn bà đẻ.

Một quan Thanh-Tra các trường coi sự học trong hàng tỉnh.

Một quan Kỹ-Sư-Công-Chánh,

Một quan Chánh-đoan,

Một quan Chánh mật-thám.

Quan Đốc-Lý vừa kiêm chức Công-sứ cho nên bận, phải có hai quan phó giúp việc.

Mỗi phủ, huyện thì có quan Phủ hay quan Huyện kiêm cả chức quan Án sơ cấp. Dưới quyền các ngài có một ông Trợ-Tá và các thầy Thừa-phái. Mỗi tổng thì có một ông Chánh-Tổng cai trị, giúp việc có ông Phó-Tổng. Mỗi làng có một ông Lý-Trưởng, giúp việc có một ông Phó-Lý. Mỗi làng lại có một hội-đồng Hương-Hội gọi là Hội-đồng tộc – biểu, có hội đồng kỳ-mục giúp việc, chủ tọa có một ông Chánh Hương-Hội, ông này trông nom các việc trong làng.

Phủ Xuân-Trường

(Trước là huyện Giao-Thủy)

Lịc-sử. — Phủ Xuân-Trường trước gọi là Thiên-Trường, tên này gọi thế là vì đời nhà Trần có ông vua Thiên-Trường ngự-giá du hành rồi nghỉ ở đấy. Lại còn gọi là Tiênchâu, bởi vì phủ này trước là một miền rất đẹp, đi chơi rất thú.

Đến đời Tự-Đức (1850) mới đổi tên ra là Xuân-Trường. Tên sau này gọi thế là chỉ ra một hạt rất rộng, gồm cả huyện Giao-Thủy, Hải-Hậu, Trực-Ninh và Mỹ-Lộc và một phần huyện Vũ-Tiên và Tiền-Hải (Thái-Bình). Hiện hạt Xuân-Trường bây giờ chỉ còn có ba phần huyện Giao-Thủy mà một phần thì phân ra làm Nam-Trực, Trực-Ninh, Hải-Hậu, Vũ-Tiên và Tiền-Hải. Mãi đến năm 1893 thì mới có địa-giới như bày giờ.

Thuở xưa phủ-ly thì ở làng Kênh-Đào (Thái-Bình); đời vua Minh-Mạnh thì rời về làng Trương-Nam, huyện Nam-Trực, mãi sau đến đời Thành-Thái, năm 1892 mới rời về làng Ngọc-Cục.

Vị-trí, Giới-hạn, Diện-tích. — Phủ Xuân-Trường là một miền gần bãi bể ở tỉnh Nam-Định. Phủ này ăn vào giữa huyện Vũ-Tiên và Tiền-Hải, về phía Bắc; phía Nam và phía Đông giáp vịnh Bắc-Kỳ ; phía Tây giáp huyện Nam-Trực và Trực-Ninh, phía Tây-Nam giáp huyện Hải-Hậu. Sông Hồng-Hà, sông Ninh-Cơ và vịnh Bắc-Kỳ phân địa-giới phủ ấy ra như thế.

Mặt đất rộng được 21.240 mẫu tây, nhưng mà mỗi năm lại rộng thêm bởi vì bể thường bồi đất luôn vì thế những chỗ đất phù-xa ở bể về con đê Bạch-Long đã bồi được gần 2000 mẫu tây.

Mặt-đất.— Phủ này là một phần ở Trung-Châu nên rất phẳng phắn, nếu người ta không kể một cái cồn cát cao độ một chục thước tây và dài ước 10 cây-lô-mét nó chạy thẳng ra bờ bể, mà trên cái cồn ấy thì có làng Quất-Lâm, Hải-Huyệt-Tam, và Hải-Huyệt-Tứ.

Sông Ngòi.— Sông ngòi thì nhiều. Những con sông chính là :

1· Sông Hồng-Hà phân cách phủ Xuân-Trường với huyện Vũ-Tiên và Tiền-Hải (Thái-Bình) đi qua làng Hành-Thiện, Sa-Cao, Hạ-

Miêu, Ngô-Đồng và chẩy ra vịnh Bắc-Kỳ bởi cửa Ba-Lạt.

2· Sông Ninh-Cơ, tầu thủy đi được, bắt đầu-chẩy từ sông Hồng-Hà đến Hành-Thiện qua Bùi-Chu, Lạc-Quần và chẩy vào huyện Trực-Ninh, Hải-Hậu rồi chẩy ra bể bởi cửa Lạch. Một phần con sông này phân cách phủ Xuân-Trường với huyện Trực-Ninh.

3· Sông Hoành-Nha thuyền bé, thuyền lớn đi lại được cả bắt đầu chẩy từ sông Hồng-Hà đến Ngô-Đồng, qua làng Hoành-Nha, Nam-Điền và chẩy ra bể bởi cửa Ha-Lan.

Sau lại có nhiều ngòi rẫn nước vào ruộng chạy khắp trong phủ, làm thành ra một luồng nước chi-chít lại như lưới vậy. Những ngòi lớn nhất là: sông Róc, nước ở sông Ninh-Cơ chẩy đến gần Lạc-Quần, chẩy qua làng Nghĩa-xá, Hội-Khê-ngoại, và ăn sen vào huyện Hải-Hậu và năm cái lạch to chẩy dóng nhau: Cồn-nhất, Cồn-nhì, Cồn-Ba, Cồn-Tư, Cồn-Năm đều phát nguyên từ sông Hồng-Hà rồi chẩy ra phía Nam sông Hoành-Nha.

Những ngòi này vừa làm cho ruộng được tốt, vừa làm cho đường thông thương được tiện, vì thuyền bè đi lại được dễ dàng.

Dân-Cư, Tôn-Giáo, Những nơi đi du ngoạn. — Dân cư phủ Xuân-Trường rất đông. Kỳ làm sổ đinh vừa rồi biết rằng được 163.000 người, trong số đó có 30 người Tày và 10 người Khách, kể chung bình mỗi một cây-lò-mét vuông có 761 người dân.

Một phần dân thì theo đạo Gia-Tô còn thì di Thich và theo đạo Khổng.

Ở Phú-Nhai có một cái nhà thờ cao lắm, to vào bậc nhất Đông-Pháp. Ở Bùi-Chu là chỗ các ông Giám-Mục ở, đứng đầu có Đức-Cha người Y-pha-Nho. Ở Xuân-trường những chỗ thắng cảnh cho người bên Thich không có gì. Chùa Hành-thiện là một chỗ cổ nhất ở miền ấy. Ở Trà-lũ-Trung người ta mới sây một kiểu chùa mới lạ.

Việc cai trị. — Phủ Xuàn-trường chia ra làm 9 tổng và 109 làng:

1· Tổng Hành-thiện (8 làng)

2· » Thủy-nhai (15 làng)

3· » Kiên-lao (10 làng)

4· » Trà-lũ (12 làng)

5· » Hoành-nha (14 làng)

6· » Cát-xuyên (14 làng)

7· » Hoành-thu (14 làng)

8· » Hà-cát (6 làng)

9· » Lạc-thiện (16 làng)

Ở Lạc-quần có một cái Đồn, đứng đầu có một ông Đồn và sở giây thép người bản-sứ làm chủ. Lại còn có sở Đoan ở Lạc-quần, Quất-lâm và Ngô-Đồng.

Tình hình tài chính.

Sự canh nông. — Phủ Xuàn-trường là một vùng cầy cấy phồn-thịnh nhất ở tỉnh Nam-

Định. Sự cầy cấy một ngày một bành-chướng vì đất vừa tốt mầu, lại người làm ruộng mỗi khi cần nước tát vào ruộng thì đã có các ngòi sẵn.

Người ta đếm được ở phủ này 17.297 mẫu đất cầy cấy được, mà 16.829 mẫu ruộng về năm 1926 đã sản được 18.873 tấn gạo. Các sự cầy-cấy khác là: ngô, khoai, đậu, cau (có gần khắp), dâu (ở tổng Hành-thiện và Thủy-Nhai), cói (ở tổng Lạc-thiện), bắp cải (ở Ngọc-cục), cam (ở Ngọc-cục và Thọ-vực).

Sự chăn nuôi. --- Loài vật dùng để kéo cầy ở phủ này có 5.200 con (3.500 con trâu và 1.700 con bò). Lợn thì ước độ 20.000 con.

Ở tổng Hành-thiện và Thủy-nhai có nuôi tầm, nhưng vì cứ theo lề-lối cổ nuôi, cho nên không được phát-đạt lắm.

Công-nghệ. --- Công-nghệ ở vùng này không phát-đạt mấy, trừ những ruộng muối ở Quất-lâm, nhà nước đứng khai khẩn và một nhà máy tơ ở Lạc-quần (thuộc về của công-ty người Tây), người ta chỉ thấy ở trong các làng những kỹ-nghệ xoàng-xoàng như là dệt lụa, dệt vải ở Hành-thiện, Thượng-phúc, Bùi-chu và Lạc-nghiệp, làm chiếu ở Xuân-dục, Phú-nhai và Kiên-lao, đan lưới ở Hoành-quan, Quất-làm, Xa-châu và Van-chi. Những thổ-sản về kỹ-nghệ ấy chẳng ăn thua gì và đến người bản-sứ dùng cũng không đủ.

Được vài năm nay nghề làm Dentelles dã thấy có ở làng Thọ-vực, Trà-thượng và Trà-trung, nhưng mà cũng không phát-đạt lắm vì giá bạc cao.

Ít lâu nay ở làng Hành-thiện có làm ghế mây và chiếu dệt theo lối tàu, kỹ-nghệ này rồi có cơ phát đạt.

Nghề trài lưới. — Một phần dân làng Quất-làm, Hải-huyết-tam, v... v...., di trài lưới, và khi đánh được cá thì một phần bán luôn ở đấy, còn thì đem nướng hay phơi khô, rồi ướp muối để đem lên các chợ Nam-định và những tỉnh làn cận bản. Ở Xa-châu người ta làm mắm và các thứ nước mắm. Tổng Hà-cát và Lạc-thiện người ta vớt rươi và về tháng chín tháng mười thì người ta đem tải lên Nam-định và Thái-bình bán nhiều lắm.

Sự buôn bán. — Sự buôn bán cũng như kỹ-nghệ, không được thịnh-hành lắm. Có cái chợ to nhất là chợ Ngô-đồng, ở đấy người ta bán gạo cũng nhiều. Những chợ khác nên kể là : chợ Hành-thiện, Kiên-lao, Trà-bắc, Trà-trung, Cát-xuyên, Hoành-nhi, Duyên-thọ và Quất-lâm, những chợ này bán những hàng lặt vặt thôi.

Đường-thông-thương. — Kể về đường thủy, phủ Xuân được lợi về hai con sông to, là con sông Hồng-hà và sông Ninh-cơ, tầu thủy chạy được, và có nhiều sông đào, thuyền nhớn, thuyền nhỏ đi được cả.

Hãng tầu Bạch-thái (bây giờ thuộc về công-ti khác) ngày nào cũng cho chạy Nam-định — Trực-ninh và Nam-định — Yên-tử, có màn sế Hành-Thiện, Bùi-chu, Lạc-quần và Ngô-đồng.

Đường bộ thì chỉ có một con đường lát đá giải 22^{km} đi từ Ngọc-cục đến Quất-làm qua Lạc-quần. Tuy thế cũng có một vài con đê và ít đường đất, về mùa khô ráo thì đi xe được. Những con đường ấy là :

1· Con đường đi từ Ngọc-cục đến Ngô-đồng qua Thượng-phúc (15^{km}).

2· Con đường từ Ngô-đồng đến Quất-làm qua Sa-châu, Hoành-nhi (18 ^{km}).

3· Con đường từ Ngọc-cục đến Nam-diên qua Xuân-bảng và An-cự (12^{km}).

4· Con đường chạy giải tả-ngạn sông Hoành-nha, nối Ngô-đồng với Quất-làm (20^{km}).

5· Đường Ngọc-cục đi Hạ-miêu qua Dung-tri, Hạc-châu (7^{km}).

6· Đường Ngọc-cục đi Phú-nhai qua Trà-bắc (6·^{km}).

Ngày nào cũng có xe ô-tô chạy từ Ngọc-cục. lên Nam-định rồi lại chạy về. Đường xe nữa chạy từ Sa-châu lên Nam-định.

Còn các làng giao-thông với nhau thì đã có những đường hẻm chỉ người đi bộ được thôi, hoặc đi bằng thuyền nan ở những sông đào.

Phủ Nghĩa-hưng

(*Trước là huyện Đại-an*)

Lịch-sử. --- Phủ Nghĩa-hưng gồm có huyện Vụ-bản, Nam-trực, Phong-doanh, Ý-yên và Đại-an mà phủ-ly thì ở huyện Thiên-bản tức là huyện Vụ-bản bây giờ.

Huyện ly Đại-an trước ở Độc-bộ, là cửa sông một ngành sông Hồng-hà; chỗ này gió thổi giữ lắm. Cho nên người ta gọi là Đại-ác-hải-khẩu. Sau vua Lý-thánh-Tôn nhân vì sang bình quân Chàm, qua đây được yên ổn, cho nên ngài đổi tên là Đại-an.

Phủ-lỵ Nghĩa-hưng rời sang làng Đông-cao trước độ 50 năm nay.

Phủ này chẳng có chuyện gì đáng ghi chép cả.

Vị-trí, Giới-hạn, Diện-tích. --- Phủ này ở về phía Tây-nam tỉnh Nam-định. Bắc giáp huyện Vụ-bản, Đông giáp huyện Trực-ninh và Hải-hậu, Nam giáp Vịnh Bắc-kỳ và tỉnh Ninh-bình. Mặt đất rộng trước độ 25.000 mẫu tây một ngày một ăn lan ra bể.

Mặt đất. --- Phủ Nghĩa ở về Trung-chàu cho nên mặt đất phẳng đều nhau. Về miền Đông-cao và Phạm-xá thì cũng hơi gồ-ghề một ít. Nơi Cồn-vành, Cồn-tròn thì có đất phù-sa bồi.

Sông ngòi. --- Về phía Tây-bắc phủ này có con sông Nam-định chẩy qua. Sông Đáy thì ở về phía Tây-nam và phân cách phủ này với tỉnh Ninh-bình. Phủ này cách Trực-ninh và Hải-hậu bởi con sông Ninh-cơ. Sông Đông-canh hay là sông Sắt nối liền với sông Đáy ở Cửa-vĩnh phân cách phủ này với huyện Phong-doanh. Sông Vĩnh-giang quen gọi là sông Chanh bắt đầu chảy từ huyện Vụ-bản họp với sông Nam-định gần ở Trạng-vĩnh. Sau có những sông đào để dẫn nước vào ruộng chảy khắp phủ.

Dân-cư, Tôn-giáo. -- Dân cư phủ này được 107.000 suất (25.000 suất đóng thuế). Trong hơn 80 làng ở phủ này đi Thich còn như làng Sĩ-lâm, Mễ-lâm-Trạng-vĩnh, Quảng-nạp, Vĩnh-trị vân vân..... phần nhiều đi đạo. Ở Sĩ-lâm có cái nhà thờ to. Ở Độc-bộ có cái đền lớn thờ vua Triệu-việt-vương sau khi thua trận ngài nhẩy xuống sông tự-tử ở đấy.

Việc cai trị. --- Phủ Nghĩa-hưng gồm có 13 tổng :

1·) Cổ-liêu (5 làng)

2·) Trạng-vĩnh (5 làng)

3·) Vĩ-nhuế (3 làng)

4·) An-trung-hạ (5 làng)

5·) Ngọc-chấn (5 làng)

6·) Thanh-khê (6 làng)

7·) Mễ-lâm (9 làng)

8·) Hải-lạng (17 làng)

9·) Thượng-kỳ (10 làng)

10·) Tử-vinh (7 làng)

11·) An-trung-thượng (6 làng)

12·) Thôn-thượng (6 làng)

13·) Sĩ-lâm (20 làng)

Ở Hải-lạng có một cái nhà Đoan, và một cái đồn ở Tam-tòa.

Canh-nông. --- Đất ở đây rất tốt mầu. Người ta cấy nào thóc, khoai, đậu, ngô, bông. Ở Đồng-cao, Phạm-xá, Dương-phạm người ta cấy lúa lốc, là thứ lúa ba tháng thì gặt được. Ở các làng Duyên-hải người ta giồng cói. Phủ này giồng dâu và nuôi tầm cũng nhiều lắm. Ở các ao, các dòng sông và bãi bể người ta đánh cá cũng nhiều. Về vụ tháng mười nhiều nơi người ta đi vớt rươi.

Công nghệ. --- Công nghệ ở đày hơi phồn-thịnh thôi; ở làng Quần-tang (Cồn dâu) người ta thấy thợ mộc rất khéo và thợ nề ở Phúc-chỉ. Nghề dệt chiếu, nghề đan dần, sàng thì khắp làng Nhân-hậu, An-thành, Tân-liêu, Liêu-hải. Còn những đồ sản-xuất ở các tư gia thì cũng soàng thôi.

Sự buôn bán. --- Sự buôn gạo, đồ sành ở Nghệ-an, gỗ làm nhà ở rừng Thanh-hóa thì rất là thịnh vượng. Phủ này có hai cái chợ nhớn ở Hải-lạng và ở Đồng-cao, ở đấy người ta bán các thứ thực-phẩm và những hàng hóa thường dùng.

Đường giao thông. — Phủ này không có đường đá. Có nhiều đê, về mùa khô ráo đi xe được. Một con đường từ phủ-ly đến Nam-định qua núi Gôi. Con đường đi từ Nam-định đến Sĩ-làm qua hạt Nam-trực thì cũng có khi đi được, có khi không. Sông Đáy, sông Nam-định, sông Ninh-cơ là những con sông tàu bè đi lại được. Đường tàu thủy chạy Nam-định, Nho-quan và Kim-sơn thường màn sế Hải-lạng, Đông-cao, Tam-tòa, Quần-liêu, Bình-hải, Đồng-quỹ và Quỹ-nhất.

Huyện Mỹ-Lộc

Lịch-sử. — Sau đời nhà Hán, huyện Mỹ-lộc thuộc về quận Giao-chỉ. Về đời nhà Lý huyện này sát-nhập vào chàu Tương. Về đời nhà Trần thuộc về Thiên-trường, và về đời nhà Lê thuộc về Chấn-sơn-nam. Thủơ xưa huyện này chia làm hai miền : Một miền ở về hữu-ngạn con sông Nam-định gọi là Thượng-nguyên, còn một miền ở về tả-ngạn gọi là Mỹ-lộc, cả hai miền cùng ở dưới quyền một quan Huyện. Huyện Mỹ-lộc có tiếng, là vì có đức Trần-quốc-Tuấn quán ở đấy. Ở làng Bảo-lộc có dựng đền thờ ngài. Hàng năm cứ đến ngày mồng 8 tháng 8 có kể hàng nghìn thiện-nam, tín-nữ ở khắp Bắc-kỳ về trảy hội. Mỹ-lộc lại là quê nhiều các bực thi-gia, trong các ông này nên kể: ông Trần-kế-Xương, ông là người làm thơ rất tài-tình, rất hay nhưng vẫn ngụ-ý mỉa đời.

Đời nhà Trần cũng quê ở huyện Mỹ-lộc, làng Tức-mạc. Năm 1225 ông Trần-thủ-Độ lộng quyền, gán cháu là Trần-Cảnh lấy bà Lý-chiêu-Hoàng rồi sau thành ra vua nhà Trần, hiệu là Trần-thái-Tôn. Năm 1258 vì chú lộng-quyền quá, cho nên vua Trần-thái-Tôn phải bỏ kinh đô đi ở chùa Phu-vàn, ở núi Yên-tử, huyện Đông-triều tỉnh Hải-dương. Sau Trần-thủ-Độ biết được vua ở đấy bèn sai sày kinh đô ngay chỗ ấy để vua ở.

Trần-thủ-Độ nài ép mãi vua và sư-cụ ở chùa Phu-vàn cũng khuyên giải mãi cho nên vua bất-đắc-dĩ lại phải trở về kinh-đô trị vì.

Vị trí, Giới-hạn, Diện-tích, — Huyện Mỹ-lộc ở về phía Bắc tỉnh Nam. Bắc giáp Phủ Lý-nhân và huyện Bình-lục (Hanam), Nam giáp huyện Nam-trực, Đông giáp sông Hồng-hà, con sông này phân cách huyện Mỹ-lộc với tỉnh Thái-bình, Tày giáp huyện Vụ-bản. Mặt đất rộng ước độ 130^{kmq} hay là 36.000 mẫu.

Phong cảnh. — Huyện Mỹ-lộc ở trên chỗ đất bằng phẳng. Phần nhiều là những ruộng thấp, lắm mầu vì có nhiều phù-xa.

Trừ những cánh đồng xanh tốt ra, thỉnh thoảng người ta còn gặp chỗ thì có bụi tre, chỗ thì có bụi cây, ở dưới lại có đền, chùa. Về mùa mưa ruộng nương ngập cả.

Sông ngòi. — Sông ngòi ở huyện này có:

1°) Sông Hồng-hà phân cách huyện Mỹ-lộc với tỉnh Thái-bình.

2·) Sông Nam-định chẩy qua khắp huyện.

3·) Sông Mai-xá phân cách huyện này với tỉnh Hanam và Hưng-yên (con sông này nối liền với sông Đáy).

4·) Sông Phủ-lý là ngành chính của sông Đáy, đổ vào vực Hữu-bị bây giờ đã lắp rồi.

5°) Sông Vị-hoàng chầy vào làng Vị-xuyên bây giờ thành bình-địa rồi.

Dân-cư, Tôn-giáo. — Dân cư huyện này ước độ 100.000 người, phần nhiều làm ruộng.

Ba phần dân đi Thích và theo đạo Khổng còn thì đi Đạo. Ở làng Bảo-đáp và Phú-ốc người ta thấy những nhà thờ to. Ở làng Bảo-lộc có một cái đền thờ đức Trần-quốc-Tuấn. Nơi này về tháng 8 thực là sầm-uất vui vẻ. Chùa này cũng không ở xa thành phố mấy (cách 4^{km}). Người ta có thể đi xe tay được, nhưng mà khi có hội Bảo-lộc thì ruộng ngập nước cả, cho nên người ta hay đi thuyền.

Cách thành phố 3^{km}, về làng Tức-mạc thủơ xưa gọi là (Thành-vàng) có một cái đền cổ, trông oai - nghiêm lắm, vẫn quen gọi là đền (Thiên-trường) sây từ năm 1239, thờ các vua đời nhà Trần. Thủơ xưa ở đấy có những kinh-đô các vua nhà Trần.

Cách đền này một ít, người ta thấy một cái chùa gọi là chùa «Phổ-minh», thường quen gọi là chùa Tháp. Người ta gọi thế là vì ở đấy có cái tháp đẹp lắm, cao chừng 10 thước tây sày từ đời nhà Tiền-lý. Đến đời nhà Trần có sửa sang lại hết nhiều tiền lắm, trông tuy không đẹp nhưng vững bền. Phần nhiều các vua nhà Trần khi già rồi vẫn lui về ở đây yên-tĩnh.

Việc cai trị. --- Huyện Mỹ-lộc có 10 tổng:

1·) Tổng Đồng-phù (7 làng)

2·) Tổng Bách-tính (7 làng)

3·) Tổng Như-thức (9 làng)

4·) Tổng Cao-đài (16 làng)

5·) Tổng Ngũ-trang (4 làng)

6·) Tổng Hữu-bị (5 làng)

7·) Tổng Mỹ-trọng (8 làng)

8·) Tổng Giang-tả (7 làng)

9·) Tổng Đệ-nhất (12 làng)

10·) Tổng Đông-mạc (8 làng)

Tình hình tài chính.

Canh nông. --- Sự cấy chính ở trong huyện là sự cấy thóc. Một năm người ta chỉ cấy có một vụ tháng năm. Ở chỗ đất cao người ta cấy ngô, khoai, đậu, các thứ rau, chàm. Người ta cũng giồng dâu và dân cư cũng nuôi tầm. Người ta giồng cây cảnh để bán ở làng Vị-khê, những cày có quả ở làng Vị-xuyên và Mai-xá, dầu - không ở làng Vị-hoàng.

Nghề chăn nuôi. --- Trong những làng ở huyện người ta nuôi lợn và gà, vịt. Dâu giồng ở bờ sông Hồng-hà dùng để nuôi tầm.

Sự buôn bán. --- Sự buôn bán ở huyện này được thịnh vượng lắm. Chợ Rồng to nhất thì ở thành-phố Nam-định. Những chợ khác là: một cái chợ trâu bò ở làng Mỹ-trọng mở từ năm 1926, chợ huyện ở làng Tiểu-liêm, chợ Mới ở Mai-xá, tổng Cao-dài, chợ La, chợ Đặng, chợ Hoàng.

Công-nghệ. -- Ở huyện này không có công nghệ gì là to tát cả. Dân cư thì cầy cấy và làm công-nghệ thường dùng thôi.

Ở làng Đặng-xá người ta đan thúng, dò, giá, cối ở Cao-dài, lồng gà ở Vân-dồn, lồng bàn ở Mai-xá, chổi ở Vĩnh-trường những đồ trẻ con chơi bằng đất sét ở Trọng-đức, bánh dầy ở Vị-dương. Ở những con sông làng Phù-diễn người ta đánh được nhiều cá. Còn khung cửi ở làng nào cũng có.

Đường thông thương. --- Những đường chính là :

1·) Đường Mỹ-lộc đi Phủ-lý qua thành-phố (đường số 13 giải 32^{km})

2·) Đường Mỹ-lộc đi Ninh-bình qua thành-phố (Đường số 10 giải 27^{km})

3·) Đường Mỹ-lộc đi Quất-lâm cũng qua

thành - phố và bến Đò-quan (đường số 21 giải 37ᴷᴹ)

4·) Đường Mỹ-lộc đi Vụ-bản và Phú-khê (đường số 12 giải 25ᵏᵐ) đến kilomètre thứ 9 thì người ta rẽ vào Vụ-bản).

5·) Đường Mỹ-lộc đi Hưng-yên (đường số 38 giải 12ᴷᵐ)

6·) Đường Mỹ-lộc đi Thái-bình qua Tàn-đệ (đường số 10 giải 19ᴷᵐ)

Còn những đường nhỏ chạy từ huyện lên tỉnh và đến làng Hữu-bị qua tổng Đông-mạc.

Con đường cái quan chạy qua các thôn Don, thôn Gôi, làng Đặng-xá, Đa-mê, Trung-quyền, Tiểu-liêm, Liêm-thôn, Liêm-trai rồi đến làng Cầu-mại thì gặp con đường đi Phủ-lý.

Huyện Mỹ-lộc có nhiều đè rộng, xe cộ đi lại được, đắp ở giọc sông Hồng-hà và giọc sông Nam-định để giữ cho khỏi nước lụt.

Đường thủy cũng có lắm lối.

Nào Nam-định đi Hà-nội, nào Nam-định đi Hưng-yên, nào Nam-định đi Hải-phòng, đi Vinh, đi Phát-diệm, đi Kim-sơn.

Huyện Vụ-Bản

Lịch-sử. — Huyện này thủơ xưa gọi là Thiên-bản, lập ra từ đời nhà Trần. Miền này có lắm đồng lầy, có lắm bụi rậm và có hai quả núi khúc-khỉu cũng khá cao, thực là chỗ rất dễ ẩn núp của quân trộm cướp.

Thủơ xưa những hành-khách đi buôn bán từ xứ Bắc-kỳ với phía Bắc xứ Trung-kỳ, nhá-nhem tối tới nơi này thường bị trộm cướp ra bóc lột. Mãi triều nhà Nguyễn mới gọi là Vụ-bản và sửa sang lại nhiều.

Miền này kể về lịch-sử thì có núi Gôi. Ở đấy thủơ xưa có ông tướng Lữ-gia khi bị quân Tầu đánh thua lui về ẩn đấy; cả ông Phạm-Nghi đỗ đầu Tiến-sỹ, đã tụ-tập nhiều người khởi-nghĩa, khi người Pháp mới đặt cuộc Bảo-hộ ở Bắc-kỳ, nhưng không có kết - quả gì.

Vị-trí, Giới-hạn, Diện-tích. — Huyện này ở chếch về phía Bắc và ở hẳn về phía Tày và phía Nam thành-phố Nam-định. Bắc giáp Mỹ-lộc, Đòng giáp sông Đáy, Nam giáp huyện Đại-an, Phong-doanh, Ý-yên, Tây giáp huyện Thanh-liêm (Hanam).

Mặt đất rộng ước độ 42.771 mẫu hay là 151^{km2}

Mặt-đất, Núi-non. — Đất huyện này thủơ xưa là đất bồi thì hơi bằng - phẳng, chỉ trừ núi Gòi và Núi Ngăm cao độ 80 thước tày, hai núi này làm thành ra hai cái giới-hạn thiên - nhiên từ phía Nam đến phía Tày, và thỉnh thoảng lại có vài cái đồi cát nổi lên ; xế ti nữa có núi Tiên-hương, núi Xuân-bảng, núi Lê-xá, núi Hổ-sơn, và núi Bảng. Ở trên núi sau này, sở giồng cây ở thành-phố Nam-định đã cho đem cây để giồng thử và thấy mọc cũng tốt lắm.

Sông-ngòi. — Ở huyện này có con sông Đáy chẩy ở phía Đông là to thôi.

Dân-cư. — Cứ theo sồ đinh của huyện này làm năm 1927 thì số dân cư ước độ 110.000 người.

Tôn-giáo. — Huyện này có hai tôn-giáo là : đạo giáo và đạo thờ nhiều chúa.

Đạo giáo thì các con chiên ở về làng Đồng-đội, Xuân-bảng, làng Mán-thiên-hàm, Thái-La, Bảo-ngũ, Vĩnh-lại, Trinh-xuyên và Trang-nghiêm-Hạ. Trong những làng này thỉnh thoảng cũng có nhà thờ đẹp.

Còn các dân cư khác ở huyện này thì theo đạo Phật và đạo Khổng. Chỗ đi lễ, đi bái của họ là Phủ-Giầy là một cái đền thờ bà Chúa Liễu-hạnh hàng năm cứ từ mồng một cho đến mồng mười tháng ba thì có hội.

Chuyện bà Chúa Liễu-hạnh. — Về triều nhà Trần có ông quan to tên là Trần-Tiên bấy giờ vì nhà Hồ tiếm vị, xin từ quan về ẩn-cư ở làng Tiên-hương huyện Vụ-bản. Về đây ông chỉ bạn cùng giỏ giăng và ra tâm làm phúc. Mãi năm 50 tuổi cũng chưa có con; có một đêm ông nằm mộng thấy giời cho một người tiên để đền công đức cho ông. Sau phu-nhân sinh được một cô con gái đẹp tuyệt-trần. Ông Trần-Tiên đặt tên con là Liễu - hạnh, cô một ngày một nhớn, vừa thông minh, lại vừa có lòng tốt. Năm cô 18 tuổi lấy chồng tên là Đào-lang là người con nuôi của ông bạn ông thân-phụ cô, người ở làng bên cạnh. Ông bà lấy nhau được hai năm thì bà chúa qui-tiên. Người ta kể truyện lại rằng thỉnh thoảng bà lại hiện lên khi thì ở Vụ-bản để thăm hai bên cha mẹ và chồng, khi thì ở Thanh-hóa để giúp vua Lê đánh quân Tầu và quân Chàm, khi thì hiện ở Lạng-sơn để giúp các quan di xứ Tầu.

Vì nhớ ơn bà, cho nên người ta lập đền thờ ở Phủ-giầy (Vụ-bản), ở đền Sòng (Thanh-hóa) và ở Lạng-sơn.

Cứ đến ngày hội Phủ-giầy thì thiện-nam tín-nữ các nơi về lễ đông không biết bao nhiêu mà kể.

Việc cai trị. — Huyện Vụ-bản có 11 tổng và 97 làng:

1·) Tổng An-cự (8 làng)

2·) Tổng Bảo-ngũ (5 làng)

3·) Tổng Đồng-đội (9 làng)

4·) Tổng Hào-kiệt (8 làng)

5·) Tổng Hiền-khánh (11 làng)

6·) Tổng Hồ-sơn (8 làng)

7·) Tổng La-xá (5 làng)

8·) Tổng Phú-lão (20 làng)

9·) Tổng Trình-xuyên-hạ (8 làng)

10·) Tổng Vân-côi (9 làng)

11·) Tổng Trình-xuyên-thượng (6 làng)

Sự giáo dục. — Sự học và sự giáo dục con trẻ thì đã có trường huyện và trường làng. Trừ một vài trường bằng gạch như trường ở huyện, trường Đắc-lực, trường Lương-kiệt, còn các trường khác thì thiết-lập tạm ở đền chùa và ở Văn-chỉ.

Hiện nay trường Huyện còn là trường Sơ-đẳng, nay mai sẽ đổi ra trường Kiêm-bị.

Canh nông. — Phần nhiều những dân huyện này đều cầy cấy.

Sự cấy lúa ở hạt này một năm hai vụ về phía Đông và phía Nam ; còn về phía Bắc và phía Tây thì một năm có một vụ thôi. Kế đến sự giồng chè thì họ giồng khắp mọi nơi, nào trong vườn, nào sườn núi, và cũng được lợi nhiều.

Còn các sự giồng giọt khác thì có cây bông, cây khoai, cây đậu, cây dầu - không, thuốc lá, mía vân vân...

Nghề chăn nuôi. — Trừ lợn gà ra không kể,

người ta còn nuôi ở núi Gôi những loài - vật tải ở Thanh-hóa ra từng đàn hàng trăm trâu bò, rồi lại bán ngay đấy để người ta dùng làm vật kéo xe, kéo cầy hay để ăn thịt (khi nào có hội hè).

Công nghệ vặt. — Không kể những người làm ruộng, ở Hồ-sơn người ta còn thấy thợ sơn, thợ mộc ở Vụ-bản thợ nề ở Tàn-cốc, và thợ may ở Yên-duyên. Những thợ làm ở sở Máy-sợi và Máy-tơ Nam-định, mỗi khi nghỉ việc ra về, đi từng bọn một, cũng đều người ở đấy cả.

Đàn bà thì rệt vải, đan bít-tất, mũ trẻ con, đan dần, sàng, lá cót, nhiều nhất ở làng Dần và Vĩnh-lại.

Gần vụ tết, dàn làng Bảo-ngũ hay làm pháo nem là thứ pháo kêu lắm.

Việc buôn bán. — Ở Vụ-bản buôn bán cũng không được phát-đạt lắm, một vài chợ có bán nào đồ ăn, nào đồ dùng, nào mạ, đồ dùng về việc canh-nông và cả loài vật nữa.

bà Annam tên gọi là Lương-kiến-Cuốc quê ở làng Chuế-cầu tổng Tử-mạc.

Vị - trí, giới-hạn, Diện - tích. — Huyện Ý-yên ở về phía Tây tỉnh Nam, Bắc giáp huyện Thanh-liêm (Hanam), Tây và Nam giáp Ninh-bình, Đông giáp Vụ-bản và Phong-doanh. Mặt đất rộng ước độ 10.000 mẫu tây.

Mặt đất. — Mặt đất thì gần khắp bằng phẳng, duy về phía Tày-Bắc hơi cao thôi. Những cái đồi to là : đồi Bảo-đài, (có bốn cái đồi hợp lại) đồi Mai-độ, đồi Núi-Gia, đồi núi Múc. Núi cao nhất miền này là núi Phương-Nhi, cao độ 75 thước tây.

Sông ngòi. — Về phía Tày có con sông Đáy chảy và phàn-cách huyện này với tỉnh Ninh-bình. Sông Sát chảy gần huyện Vụ-bản, còn chung quanh huyện có nhiều ngòi, có con sông đào Thiên-phai là to hơn bắt đầu chảy từ tỉnh Hanam qua tổng Tử-mạc và Lạc-chính, qua cả huyện-ly rồi đổ ra sông Đáy.

Dân-cư, Tôn-giáo. — Huyện này có 50.000 dân-cư. Chỉ trừ ra có 9 làng đi Đạo còn đi Thích cả. Ở Lỗ-xá, Phùng-xá, Bình-cách-thượng có 3 cái nhà thờ.

Ở chỏm núi Bảo-đài có một cái chùa gọi là chùa Suối, cạnh chùa có cái suối nước trong lắm.

Việc cai-trị. — Huyện này ở Trầm-phương có một cái đồn. Có 7 tổng và 43 làng :

1·) Tổng An-Cừ (6 làng).

2·) Tổng Lạc chính (7 làng).

3·) Tổng Phú - khê (8 làng).

4·) Tổng Hưng-xá (6 làng).

5·) Tổng Tử-mạc (5 làng).

6·) Tổng Bình-lương (5 làng).

7·) Tổng Phùng-xá (6 làng).

Canh nông. — Ở huyện này cấy lúa nhiều hơn cả, nhưng một năm có một vụ. Về mùa nắng ráo, người ta giồng ngô, khoai, đậu, bông. Các hoa mầu ở vườn là: cau và trè tươi. Ở Lạc-chính có một vài cải bụi rậm (miễu).

Công-nghệ. --- Huyện Ý-yên có ít công nghệ lắm. Ở Lạc-chính, Quang-diêm người ta thấy có thợ mộc, thợ đá ở Kinh-thanh. Ở Vạn-điềm người ta làm những đồ dùng về việc làm ruộng và những đồ bằng gang.

Việc buôn bán. — Nghề buôn gạo và buôn trè tươi thì cũng phát-tài. Hai thứ thổ - sản này có tải lên tỉnh ly và tỉnh Ninh-bình bởi con sông Đáy để bán. Ở Yên-tố người ta bán củi thồi, lấy ở núi Thanh-liêm ra. Huyện này có một cái chợ to thôi, là chợ Chuế-cầu. Còn những chợ khác là chợ sép.

Đường giao thông. --- Có một con đường từ Phong-doanh chạy đến, qua huyện-ly và ăn thẳng mãi đến làng Chằm-phương. Con đường này lát đá từ Lạc-chính đến phố Cháy. Còn một con đường nữa đi từ Nam-định đến Phú-khê; con đường này ăn về địa hạt Phong-doanh. Về vụ mưa những đường đi lại đều ngập nước cả. Trừ con sông Đáy ra, còn những sòng ngòi ở huyện này chỉ những thuyền nhỏ đi lại được thôi.

Huyện Phong-Doanh

Lịch-sử. — Huyện Phong-doanh khi xưa gọi là **Kim-xuyên**. Đời vua Minh-mạng thứ 3 đổi là Vọng-doanh, đến đời vua Tự-đức mới đổi là Phong-doanh. Huyện - ly cũng đổi nhiều lần; trước ở Ngô-xá, rồi đến Tống-xá, bày giờ ở Thượng-đồng.

Vị-trí, giới-hạn, Diện-tích. — Huyện này ở về phía Tây-nam tỉnh Nam-định; Bắc giáp huyện Ý-yên, Đông giáp phủ Nghĩa-hưng, cách phủ này bởi con sông Sát, Tây và Nam giáp tỉnh Ninh-bình, cách tỉnh này bởi con sông Đáy.

Mặt đất rộng được 7.556 mẫu tây.

Mặt đất. — Hạt Phong-doanh là một miền

đồng-bằng tốt. Người ta chỉ thấy có một cái đồi, gọi là núi Nê cao 13 thước tây ở về làng Đồng-lợi (Mỹ-dương).

Sông-ngòi. — Huyện Phong-doanh có một vài con sông nhỏ thôi : sông Cấm, sòng Dao, sông Sát và sông Đáy.

Dân-cư, Tôn-giáo. — Số dàn ở huyện Phong-doanh được 42.000 người. Phần nhiều di Thích cả. Tuy thế cũng có vài làng đi Đạo như làng Đồng-cách, Trại-ninh-Mật, An-lộc và Trung-đồng. Trong 3 làng sau này mỗi làng có một cái nhà thờ. Còn đền chùa xoàng xoàng thì không đáng kể.

Việc cai trị. — Huyện Phong-doanh có tất cả 49 làng họp thành 7 tổng:

1·) Tổng Bồng-xuyên (7 làng)

2·) Tổng Ngò-xá (5 làng)

3·) Tổng Vũ-xá (5 làng)

4·) Tổng Cát-đằng (7 làng)

5·) Tổng Thượng-đồng (10 làng)

6·) Tổng Mỹ-dương (8 làng)

7·) Tổng An-lạc (6 làng)

Canh nông. — Huyện Phong-doanh nghèo lắm. Một phần dân phải sang Lào để kiếm ăn. Đất có thể cấy được thì không được mấy tí. Người ta giồng ngô, khoai, đậu, vừng, bông, dâu nhưng lúa là thứ cày cấy chính. Đâu đâu cũng có cấy lúa nhưng mà mỗi năm chỉ có một vụ thôi. Mùa màng gặt hái cũng tùy theo các nơi và cũng tùy theo công ăn làm chăm chỉ hay lười. Mỗi vụ, mỗi mẫu được 160 thùng thóc nghĩa là từ 2.000 đến 3.000^{kgr} kể thế cũng là tốt vậy.

Nghề chăn nuôi. — Nghề chăn nuôi cũng hơi phát - đạt. Người ta nuôi khắp nào lợn, gà, trâu, bò. Nghề nuôi tằm thì ở khắp các làng.

Công nghệ. — Công nghệ thường dùng cũng không thịnh mấy. Làng nào cũng rệt vải. Nghề sơn thì ở Cát-đằng và nghề thợ mộc thì ở La-xuyên là hai công nghệ có tiếng ở miền này. Còn các nghệ khác là: **Nghề làm Dentelles** (Cầu-cổ), nghề đan võng (Hoàng-nê), nghề đan dậm (Thụ-mễ).

Sự buôn bán. — Sự buôn bán cũng hơi phát - đạt thôi, nhưng không tấn-tới lắm. Buôn bán thì chỉ có những đồ ăn (thịt lợn, bò, gà, cá, các đồ gia vị, các thứ rau, gạo, ngò, v... v...), những sản-vật dùng làm thuốc và để ruộm vải, da loài vật, sợi, gạch, bát dĩa, gỗ, củi, đồ dùng ở nhà bếp, đồ dùng về việc canh - nông.

Có hai chợ nhớn nhất ở miền này là: chợ Đằng và chợ Xá (Lư-phong).

Đường giao thông. — Đường giao thông ở huyện này it lắm và sấu lắm. Trừ con đường đá từ Cát-đằng ra tỉnh thì ở huyện chỉ còn có những đường đất, đi xe tay cũng được, và những ngõ hẻm khúc-khủyu khi mưa thì lầm lội lắm.

Huyện Nam-Trực

Lịch-sử. — Huyện Nam-trực trước gọi là Tây-châu và thuộc về phủ Xuân-trường. Đến đời nhà Trịnh đổi tên là Nam-châu. Năm Thành-thái thứ 2 mới gọi là Nam-trực. Huyện-lỵ trước ở Cồ-chỉ, đến đời vua Gia-long mới rì về Bách-tính. Huyện này không có lịch-sử gì đáng ghi cả.

Vị-trí, Giới-hạn, Diện-tích. — Huyện Nam-trực ở giữa tỉnh Nam. Bắc giáp hạt Thượng-nguyên (Mỹ-lộc), Đông giáp tỉnh Thái-bình, Nam giáp huyện Trực-ninh, Tây giáp phủ Nghĩa-hưng. Mặt đất rộng được 111$^{Km^2}$.

Mặt-Đất. — Đất huyện Nam-trực thì bằng-phẳng nhưng lắm cát. Từ phía Đông đến phía Tây có một giải đất hơi cao chia làm 2 phần: Nam trực phía Bắc và Nam-trực phía Nam. Về phía Bắc huyện Nam-trực chỉ cấy có một vụ tháng năm, còn phía Nam thì cấy 2 vụ.

Sông-ngòi. — Huyện Nam-trực ăn sen vào giữa hai con sông to: sông Tả-hà ở về phía Đông con sông Hồng-hà, và sông Hữu-hà ở về phía Tây con sông Hồng-giang, từ phía Đông đến phía Tây huyện này có con sông Ngọc-hồ chẩy qua làng Quy-phú, Bách-tính, Đò-quan, Hưng-dễ, Thượng-nông, Cổ-nông, Nho-lâm, Hành-quần. Sông Ngọc-hồ chẩy ra bể bởi ba ngành như sau này:

1·) **Sông Nhất-diêu** chẩy qua làng Cồ-chu-thượng, Thái-thôn, Tiêu-dương, Nam-hà.

2·) **Sông Nhì-diêu** chẩy qua làng Thượng-nòng, Thạch-cầu.

3·) **Sông Tam-diêu** chẩy qua làng Hành-Quần, Đồng-lạc, Lạc-chính.

Về phía Đông, ở giọc đường cái quan người ta thấy **con** sông Tân, phát nguyên từ Nam-trực phía Bắc và chẩy vào sông Đào di qua làng Cao-lộng, Đồng-lư, Thứ-nhất, Quy-phú, Trương-đòng.

Dân-Cư. — Huyện Nam-trực cũng là huyện đông dân ở tỉnh Nam-định, số dàn cư có tới 107.000 người.

Tôn-Giáo, — Dân cư huyện Nam-trực vừa đi Thích vừa đi Đạo. Số dàn theo Đạo thì được 3 phần mười (3/10).

Đền chùa miếu mạo. — 1·) Chùa Đại-bi ở làng Trực-chính, thờ ông Từ-đạo-hạnh là người đắc đạo lắm. Hàng năm cứ đến ngày 20 tháng giêng có hội rất to.

2·) Chùa Cổ-lễ mới sây ở làng Trương-đồng thờ ông Khổng-minh-Không là một vị tứ-bất-tử. Hàng năm cứ vào rầm tháng 9 cũng mở hội to.

3·) Đền Din ở làng Hợp-luật thờ ông Kiều-công-hãn, là một vị trong 12 vị Sứ-quân.

Việc cai trị. — Huyện Nam-trực chia làm 9 tổng và 103 làng.

1·) Tổng Bái-dương (21 làng).

2·) Tổng Duyên-hưng (19 làng).

3·) Tổng Cổ-nông (13 làng).

4·) Tổng Liên-tỉnh (7 làng).

5·) Tổng Cỗ-gia (7 làng).

6·) Tổng Xa-lung (9 làng).

7·) Tổng Thi-liệu (7 làng).

8·) Tổng Đỗ-xá (6 làng).

9·) Tổng Nghĩa-xá (10 làng.)

Tình hình tài chính

Canh-nông. — Kể về đường tài-chính, thì người ta có thể chia huyện Nam-trực ra làm 3 phần rất rõ ràng :

1·) Nam-trực phía Bắc, chỉ riêng cấy lúa vụ tháng năm.

2·) Nam-trực ở giữa, đất cát, chỉ cấy ngô, đậu, khoai, mía và giồng dâu.

3·) Nam-trực phía Nam có lắm ruộng tốt cấy được hai vụ.

Nghề chăn nuôi. — Dân ở đây nuôi nhiều

trâu, bò, lợn, gà để cần dùng những việc thiết-yếu.

Công nghệ. — Ở Văn-tràng có lắm thợ đúc, thợ rèn rất khéo.

Ở Vũ-lao, Xối-thượng, Đỏ-quan, Hiệp-luật thì rệt vải.

Ở Quy-phú người Tây có lập một nhà máy ngâm tơ. — Ở Đồng-quỹ người ta làm cối say thóc.

Ở Liên-tỉnh người ta làm máy rệt.

Ở Đô-quan làm bao cói.

Ở Vũ-lao còn có thợ mộc và thợ nề.

Việc buôn bán. — Làng Cao-lộng có lắm người buôn vải.

Miền này không có cái chợ to nào.

Đường giao thông. — Những con đường chính nên kể là:

1·) Đường Lạc-đạo đi Phủ-cũ qua Thứ-nhất.

2·) Đường Giao-hòa đi Vân-cù qua Trực-chinh.

3·) Đường Cầu-sắt đi Kinh-lũng qua Cổ-gia.

4·) Đường Thứ-nhất đi Cầu-gai qua chợ Quỷ.

5·) Đường chợ Quỷ đi chợ Lạng qua Cổ-gia, Đồng-quỷ, Tây-lạc.

Những đường trong làng thì nhiều lắm. Đường cái cũng rộng và dễ đi.

Huyện Trực-Ninh

Lịch sử. — Huyện này mở từ năm Minh-mạnh thứ 14 trước có sáu tổng thuộc về huyện Nam-trực là :

Duyên-hưng, Ngọc-giả-thượng, Ngọc-giả-hạ, Phương-để, Thần-lộ, Văn-lãng lại thêm cả tổng Ninh-mỹ là một tổng đất bể mới bồi.

Năm 1889 đời vua Đồng-khánh thứ 3 tổng Ninh-mỹ lại sát-nhập về huyện Hải-hậu và đã có tổng Ninh-cường thay, tổng này gồm những làng Ninh-cường, Lạc-môn-trại, Lạc-môn-phương và Tân-lạc-lý. Huyện - lỵ thì ở làng Cát-chử-nội.

Vị-trí, giới-hạn, Diện-tích. — Huyện Trực-ninh ở về phía Bắc tỉnh Nam-định. Bắc giáp tỉnh Thái-bình và huyện Nam-trực, Nam giáp huyện Hải-hậu, Đông giáp phủ Xuân và Tây giáp phủ Nghĩa. Mặt đất rộng trớc độ 16.000 mẫu tây.

Mặt đất. — Mặt đất cả huyện này đều bằng phẳng. — Không có chỗ đất nào gồ ghề.

Sông-ngòi. — Sông Hồng-hà chảy ở phía Bắc huyện này và phân cách huyện Trực-ninh với tỉnh Thái-bình. Sông Ninh-cơ là một ngành sông Hồng-hà phân cách huyện Trực-ninh với phủ Xuân, rồi chảy về phía Nam, qua huyện - lỵ rồi đổ ra bể.

Chung quanh huyện có nhiều ngòi rần nước.

Dân-cư, Tôn-giáo. — Số dân ở đây được

120.000 người. Một phần chia tư đi Đạo, còn đi Thích cả.

Những người đi Đạo có **4** cái nhà thờ lớn ở Ninh-cường, có trường học tiếng Latin ở Trung-lao, Trung-hòa, Tân-lạc-lý và 8 cái nhà thờ nhỏ ở Ninh-cường-trại, Lác-môn-trại, Nam-lạng, An-lãng, Hạ-đồng, Ngọc-giả, Trung-hòa, Cát-hạ.

Bên Thích ta thì có các đền chùa gần khắp mọi làng. Có hai đền đáng kể là: đền Quỹ-đê thờ vua Triệu-việt-vương và đền Lương-hàn thờ ông Nguyễn-minh-Không.

Việc cai trị. — Huyện này có 7 tổng và 53 làng:

1·) Tổng Duyên-hưng-hạ (10 làng)

2·) Tổng Ngọc-giả-hạ (7 làng)

3·) Tổng Ngọc-giả-thượng (6 làng)

4·) Tổng Ninh-cường (4 làng)

5·) Tổng Phương-đễ (7 làng)

6·) Tổng Thần-lộ (10 làng)

7·) Tổng Văn-lãng (9 làng)

Nghề canh nông. — Huyện Trực-ninh cũng như các vùng khác, là một nơi chỉ chuyên cầy cấy. Đất ở đây tốt cả và cầy cấy được gần khắp. Trừ cây lúa là thứ cây giồng nhiều nhất; người ta còn giồng cam ở Cát-chử-nội và Hưng-mỹ, dầu - không ở Long-khê, An-trung, Phương-đễ, khoai, đậu, ở gần khắp mọi nơi.

Công nghệ. — Công nghệ vùng này cũng chưa tấn bộ lắm. Trừ cái nhà máy tơ ở Long-khê của người Tây và siêng làm Dentelles ở Trung-lao không kể, thì người ta chỉ thấy những công-nghệ soàng soàng như là: nghề rệt vải, rệt lụa ở Phương-đễ, Dịch-diệp, Sối-đông, nghề làm ghế mây ở Ninh-cường, nghề đan võng ở Hạ-đông, nghề làm chiếu ở Nam-lạng. Ở Nam-lạng còn có thợ chạm rất khéo và thợ sẻ ở An-lãng.

Sự buôn bán. — Chợ to nhất vùng này là chợ Trung-lao. Rồi thì đến chợ Ngọ-giả, Quỹ-dẻ và Ninh-cường.

Các chợ miền này vắng lắm. Trừ nghề cân gạo về vụ gặt ra thì chẳng còn sự buôn bán gì sầm-uất cả.

Buôn bán thì chỉ quanh-quẩn những sản vật cần dùng như là : vải, đồ tạp-hóa, thuốc-thang, thuốc lá, dầu - không, đồ dùng trong nhà, đồ dùng đi câu và đồ dùng về việc canh-nông.

Đường giao thông. -- Đường Nam-định đi Quất-lâm thì đi qua huyện Trực-ninh, đến đây có một con đường không lát đá rẽ vào huyện-ly. Có hai con đê xe cộ đi được để giữ nước sông Ninh-cơ cho khỏi tràn. Người ta có thể đi tầu thủy từ tỉnh về huyện-ly được.

Huyện Hải-Hậu

Lịch-sử. — Huyện Hải-hậu ngày nay giầu lắm và phồn thịnh lắm, ấy là mới có độ nửa thế-kỷ nay đấy thôi. Mãi năm Đồng-khánh thứ 3 mới thành lập, nghĩa là từ năm 1889.

Trước năm ấy, sáu tổng Ninh-nhất, Quần-phương, Ninh-Mỹ, Kiên-Trung, Quế-hải và Tân-khai ngày nay thuộc về Hải-hậu nhưng trước 3 tổng trên thuộc về huyện Trực-ninh, và 3 tổng dưới thuộc về phủ Xuân-trường.

Huyện này mới mở, vì thế không có lịch-sử gì đáng ghi.

Vị-trí, Giới-hạn, Diện-tích. — Huyện Hải-hậu ở về phía Đông-nam tỉnh Nam-định. Bắc giáp phủ Xuân-trường, Nam và Đông giáp vịnh Bắc-kỳ và Tây giáp huyện Trực-ninh, nhưng cách con sông Ninh-cơ. Số ruộng và đất chịu thuế thì rộng ước độ 52.000 mẫu. Toàn thể mặt đất huyện này rộng được 20.000 mẫu tây, nhưng hàng năm đất còn rộng nhiều vì bể bồi luôn luôn.

Mặt đất. — Nhờ con sông Hồng-hà bồi luôn mà đất ở huyện này thì bằng-phẳng và ăn lan ra bể chóng lắm. Những miền ở giáp bờ bể thì đồng lầy và giồng cói hoặc giồng sậy.

Sông ngòi. — Những con sông to ở miền này là:

1·) Sông Ninh-cơ phát nguyên từ sông Hồng-hà

phàn cách huyện Hải-hậu với huyện Trực-ninh và phủ Nghĩa-hưng rồi chầy ra bề bởi cửa Lạc-môn.

2·) Sông Hoành-nha cũng phát nguyên từ sông Hồng-hà chầy qua miền Quần-phương và đồ dồn ra vịnh Bắc-kỳ bởi cửa Hà-lan.

Có nhiều sông ngòi phát nguyên từ sông Ninh-cơ chầy khắp huyện và làm cho ruộng nương được tốt.

Dân-cư. — Huyện Hải-hậu có ước độ 113.000 dân cư mà 25.000 xuất chịu thuế.

Tôn-giáo. — Dân cư vùng này theo 2 đạo: đạo Giáo và đạo Phật. Người theo đạo Giáo cũng nhiều ngang người theo đạo Phật.

Ở làng Tả-hữu và tổng Tân-khai, dân cư theo đạo Giáo cả. Ở làng Quần-phương-hạ, Hạ-trại, Lục-phương, phủ Quy-ly, Ninh-mỹ, Phúc-hải dân cư cũng theo đạo Giáo nhiều. Còn mọi nơi thì thấy có vừa người đi Thích, vừa người đi Đạo, trừ có làng Phú-lễ dân cư đi Thích cả. Ở Đông-biên (Quần-phương-hạ) Tu-trung (Quần-phương-hạ)

Xương-điền An-bái (Quần-phương-hạ) Xuân-thủy (Ninh-mỹ) vân... vân... đều có nhà thờ.

Nhà thờ Xuân-thủy có một tòa nhà gác rất đẹp để các ông cố đạo khi yếu đau về dưỡng bệnh ở đấy. Duy có nhà thờ Đồng-biên là có ông cố Đạo người Tây thôi.

Những chùa to ở miền này là:

Chùa Quần-phương-đông, chùa Quần-phương-hạ, chùa Phúc-thụy (ở làng Hà-lạn) và chùa Trung-quang. Gần chợ Xa-trung có một cái đền lớn thờ 4 vị có công đã lập ra 3 làng: Quần-phương-thượng, Quần-phương-trung, Quần-phương-hạ. Ở Quần-phương-đông người ta còn thấy một cái chùa nữa phong cảnh rất đẹp và rất qui mô. Đền này thờ bà Liễu-hạnh công-chúa đã có tiếng thiêng ở vùng Bắc-kỳ.

Việc cai trị. — Huyện-lỵ ở làng Quần-phương-hạ. Huyện này có 6 tổng là:

1·) Tổng Quần-phương (9 làng)
2·) Tổng Kiên-trung (10 làng)
3·) Tổng Ninh-nhất (10 làng)

4·) Tổng Quế-hải (7 làng)

5·) Tổng Ninh-mỹ (10 làng)

6·) Tổng Tân-khai (7 làng)

Canh nông. — Vùng này cầy cấy nhiều nhất là thóc lúa. Làng nào cũng cầy cấy 2 vụ, chỉ trừ một vài làng ở tổng Ninh-Mỹ thôi. Còn các vùng trong huyện này người ta giồng nào khoai, dưa hấu, bắp cải, củ cải, cải bắp hoa, cà chua, cà ghém và đậu. Ở Tân-khai và Ninh-mỹ còn giồng dầu nữa.

Trong những làng Quần-phương-hạ, Quần-phương-trung, Quần-phương-thượng và khắp tổng Kiên-trung người ta giồng sắn và củ từ dùng để làm bột và bột sắn. Ở làng Quần-phương có lắm cây bàng và cây chàm, lá dùng để ruộm vải. Sau hết ở Phú-lễ, âm-xa và Ninh-cường-trại có lắm vườn giồng hoa.

Nghề chăn nuôi. — Tổng Tân-khai người ta nuôi nhiều trâu bò, dê để cung ứng cho huyện này.

Công nghệ. — Ở làng Quần-phương. người bản sứ dệt được thứ lụa, nhưng không tốt lắm. Ở đâu người ta cũng thấy nào thợ sơn, thợ mộc, thợ bạc, thợ đan dần sàng. Ở làng Hanam người ta làm ghế mây, ở Kiên-trung người ta làm áo chai bằng bổi. Ở xã Hải-diêm người ta làm mắm tôm. Ở Hạ-trại và ở Cồn-trong những dân cư đi đánh lưới ngoài bãi bể và làm muối là một cái nguồn lợi to. Những vùng làm muối có tiếng ở Bắc-kỳ, thì vùng Văn-lý cũng được liệt tên.

Buôn bán. — Ở làng Quần-phương-hạ, Quần-phương-trung, Quần-phương-thượng, Phương-để, dân cư buôn hàng tấm và buôn sợi đủ các thứ. Ở làng Hạ-trại, Quần-phương-hạ có những nhà hàng bán muối, bán cá khô và tôm khô. Nghề buôn gạo, buôn cá. các đồ tơ lụa, vải vóc cũng phát đạt lắm. Chợ Cồn, chợ Quần-đông nhất miền này.

Đường giao thông. — Huyện này có một con đường giải đá đi từ Lạc-quần (Phủ Xuân-trường) đến Văn-lý chỗ này có một sở diện-báo và một sở thương-chính. Con đường này đi qua tổng Kiên-trung. Đến Yên-định nó chia làm hai ngả. Một ngả đi qua tổng Quần-phương và ăn mãi đến làng Phú-lễ-ấp. Một ngả đi qua làng Quế-hải qua Tàn-khai và đến Quất-lâm (phủ Xuân-trường). Còn một con đường lớn nữa đi từ huyện Hải-hậu đến Quần-phương-thượng-trại qua tổng Quần-phương và Ninh-nhất.

HẾT

Phụ thêm bảng cột cây-số từ Nam-định đi các nơi :

Nam-định	đi	Xuân-trường	một lượt	33ᴷᵐ
»	»	Nghĩa-Hưng	»	22.
»	»	Quất-Lâm	»	35.
»	»	Bùi-Chu	»	32.
»	»	Nam-Trực	»	15.
»	»	Trực-Ninh	»	25.
»	«	Ninh-Cường	»	34.
»	»	Hải-Hậu	»	36.
»	»	Vụ-Bản	»	11.
»	»	Ý-Yên	»	26.
»	»	Phong-Doanh	»	23.

Hiệu Tân-Ninh

Nos 83 et 85, Rue France (tức là phố Cửa-Đông) Nam-Định

Bản-hiệu chuyên bán buôn, bán lẻ đủ các thứ hàng tạp-hóa, các thứ sách học, tiểu-thuyết, các thứ đồ dùng trong văn-phòng như bút, mực, giấy v. v.....

Hàng đã tốt, giá lại rẻ, buôn bán thật thà, ai ai cũng có lòng tin-cẩn.

Vậy xin mời các vị qui khách chiếu cố, bản-hiệu lấy làm cảm tạ vô cùng

KÍNH BẠCH

Chủ-nhân

hiệu TÂN-NINH

Nay mai sẽ có :

Tiểu-thuyết rất hay !

Của HỮU-KHƯƠNG soạn

1°) Câu chuyện tri-âm

2°) Cái bả phong-lưu
(Xã-hội Luân-lý tiểu-thuyết)

Hàng cơm tây lịch-sự nhất

Không cần phải nói chắc các vị quan khách cũng đã thừa rõ hàng cơm tây Phẩm-Anh-Nghi ở số nhà 58 phố hàng Thiếc là một hàng cơm đã được các ngài chiếu cố nhiều lắm. Chủ-nhân thật lấy làm cảm tạ các ngài vô cùng. Nay bản-hiệu muốn báo-đáp cái tấm-thịnh-tình của các ngài đã quang-cố, thế tất phải chấn-chỉnh hơn nhiều.

Nào vị-ăn thay đổi luôn luôn, — sự nấu-nướng rất là vệ-sinh cẩn-thận, — người giúp việc rất lễ phép nhanh-trai, — sự tiếp khách thật là mười phần trân-trọng.

Chắc các quí-khách ai cũng hài lòng. Bản-hiệu lại còn có phòng riêng để các ngài tiện dụng.

PHẨM-ANH-NGHI

Café—Restaurant

N· 58 Rue de France

NAM-ĐINH

Hàng sách lớn nhất tỉnh Nam

Xin có lời kính-cáo để các ngài biết cho rằng: bản-hiệu khai-trương đã 5 năm nay, xa gần đều biết, buôn bán thực thà vì thế mà đã được lòng tin-nhiệm của các quý-khách nhiều lắm.

Bản-hiệu chuyên bán buôn, bán lẻ đủ các thứ sách, vở cần dùng cho các học-trò các trường và những thứ thiết-dụng trong văn-phòng như bút, mực, giấy, vân vân... Mua buôn có hoa hồng rất hậu.

Hàng đã tốt, giá lại hạ hơn các nơi, vì bản-hiệu buôn tận gốc, bán tận ngọn.

Vậy các quý-khách mỗi khi có cần-dùng sách, vở, bút, mực, giấy, thứ gì, xin chiếu-cố chơ, bản-hiệu rất lấy làm trân-trọng hoan-nghênh.

Các ngài ở xa, xin viết thư về, bản-hiệu sẽ xin gửi hàng hầu ngay.

Xin lược-kể một vài thứ sách như sau này, của hội Học-giới Bảo-trợ Nam-Định, hoặc là của Bản-hiệu xuất-bản:

1929

Imprimerie - Reliure
"NAM-VIÊT"
6bis, Bd Harmand, 6bis
NAM-DINH

www.ingramcontent.com/pod-product-compliance
Lightning Source LLC
LaVergne TN
LVHW022311170726
843503LV00006B/2442

NOTIONS PRÉLIMINAIRES.

1° Il y a en latin neuf sortes de mots , qui sont :

Le *Substantif*, l'*Adjectif*, le *Pronom*, le *Verbe* , le *Participe* , la *Préposition* , l'*Adverbe* , la *Conjonction* et l'*Interjection*.

Note: Il n'y a pas d'article en latin.

2° Le *Substantif* est un mot qui sert à nommer une personne ou une chose , comme : *Pierre* , *Paul* , *Livre* , *Chapeau*. (*Voyez* 1re *Tableau*).

3° L'*Adjectif* est un mot qui qualifie le substantif, c'est-à-dire qui indique comment est la personne ou la chose dont il s'agit, comme : *bon* père , *bonne* mère , *beau* livre , *belle* image. Les mots *bon* , *bonne* , *beau* , *belle* sont des adjectifs. (*Voyez le* 2° *Tableau*).

Note. On connaît un adjectif quand on peut y joindre le mot *chose* ou *personne* ; ainsi , *utile* , *savant*, sont des adjectifs, parce-qu'on peut dire : *chose utile* , *personne savante*.

4° Le *Pronom* est un mot qui nous représente les personnes et les choses sans les nommer ; il sert à éviter la répétition du subs-tantif ; exemple : *Dieu est bon* , *il aime les enfans sages* ; au lieu de dire : *Dieu est bon* , *Dieu aime* , etc. (*Voyez le* 4° *Tableau*).

5° Le *Verbe* est un mot qui sert à exprimer qu'on est ou qu'on fait quelque chose ; exemple : je *lis* , tu *lis* , etc. (*Voyez le* 5° *Tableau et les suivans*).

Note. On connaît qu'un mot est un verbe quand on peut y ajouter ces pronoms : *je* , *tu* , *il* , *elle* , *nous* , *vous* , *ils* , *elles*.

6° Le *Participe* est un mot qui exprime , de même que le verbe , qu'on est , ou qu'on fait quelque chose ; mais il a la forme de l'adjectif , et en suit toutes les modifications.

7° La *Préposition* est un mot qui se met devant un substantif ou un pronom , et qui veut ce substantif ou ce pronom à l'accusatif ou à l'ablatif. (*Voyez le* 20° *Tableau*).

8° L'*Adverbe* est un mot qui se met avec un verbe , un adjectif, ou avec un autre adverbe , pour en déterminer la signification. (*Voyez le* 21° *Tableau*).

9° La *Conjonction* est un mot qui sert à lier entre elles les phrases et les parties d'une phrase. (*Voyez le* 22° *Tableau*).

10° L'*Interjection* est un mot qui sert à exprimer les différens mou-vemens et impressions de notre âme. (*Voyez le* 22° *Tableau*).

Note. Le substantif, l'adjectif , le pronom , le verbe , le parti-cipe sont des mots variables , c'est-à-dire , ils prennent différentes terminaisons ; au contraire, la préposition, l'adverbe , la conjonction et l'interjection sont des mots invariables , c'est-à-dire , ils ne changent jamais de terminaisons.

DES SUBSTANTIFS.

Le *Substantif*, qu'on appelle aussi *nom*, est ou *nom propre* ou *nom commun*. Il est nom propre, quand il ne convient qu'à telle ou telle personne, à telle ou telle chose. Il est nom commun, quand il convient à tous les individus, ou à toutes les choses d'une même espèce. EXEMPLE : le mot *homme* convient à tous les individus ; mais le mot *Paul* ne convient qu'à tel ou tel homme en particulier. Le mot *fluvius*, fleuve, désigne tous les fleuves en général ; mais le mot *Sequana*, la Seine, ne convient qu'à un seul.

Dans les substantifs il faut considérer quatre choses, 1° Le *genre* ; 2° le *nombre* ; 3° le *cas* ; 4° la *déclinaison*.

GENRES.

Il y a trois genres, le *masculin*, le *féminin* et le *neutre*. Ce dernier signifie *ni l'un*, *ni l'autre*, parce qu'il renferme des noms qui ne sont ni masculins, ni féminins.

NOMBRES.

Il y a deux nombres : le *singulier*, quand on parle d'une seule personne ou d'une seule chose, comme *un homme*, *une fleur* ; le *pluriel*, quand on parle de plusieurs personnes ou de plusieurs choses, comme *les hommes*, *les fleurs*.

CAS.

Il y a six cas, c'est-à-dire six différentes manières de finir un nom. Ces cas sont : le *nominatif*, le *vocatif*, le *génitif*, le *datif*, l'*accusatif* et l'*ablatif*.

Le vocatif est toujours semblable au nomininatif, tant au singulier qu'au pluriel, excepté la seconde déclinaison, modèle en *us*, dont le vocatif singulier change *us* en *e* : *hortus*, vocatif *horte*.

Le datif et l'ablatif pluriel se ressemblent toujours aussi.

Les noms neutres ont trois cas semblables au singulier comme au pluriel ; ce sont : le nominatif, le vocatif et l'accusatif ; au pluriel ces trois cas sont terminés en *a*.

DÉCLINAISONS.

Il y a cinq déclinaisons, c'est-à-dire cinq formes de terminaisons. On les distingue par le génitif. La première déclinaison a le génitif singulier en *æ* ; la seconde, en *i* ; la troisième, en *is* ; la quatrième, en *ûs* ; la cinquième, en *ei*.

Réciter de suite les six cas d'un nom au singulier et au pluriel, cela s'appelle *décliner*.

PREMIER TABLEAU.

Des Déclinaisons des Substantifs.

	1re DÉCLINAIS. En a.	2e DÉCLINAISON. En us, r, et um.	3e DÉCLINAISON. En a, e, o, c, l, n, r, s, t, x.	4e DÉCLINAISON. En us et u.	5e DÉCLINAISON. En es.
SINGULIER.					
Nomin.	Rosa, f., la rose.	Hortus, m., le jardin.	Soror, f., la sœur.	Manus, f., la main.	Dies, m. et f., le jour
Vocatif.	Rosa, ô rose.	Horte, ô jardin.	Soror, ô sœur.	Manus, ô main.	Dies, ô jour.
Génitif.	Rosæ, de la rose.	Horti, du jardin.	Sororis, de la sœur.	Manûs, de la main.	Diei, du jour.
Datif.	Rosæ, à la rose.	Horto, au jardin.	Sorori, à la sœur.	Manui, à la main.	Diei, au jour.
Accusa.	Rosam, la rose.	Hortum, le jardin.	Sororem, la sœur.	Manum, la main.	Diem, le jour.
Ablatif.	Rosâ, de la rose.	Horto, du jardin.	Sorore, de la sœur.	Manu, de la main.	Die, du jour.
PLURIEL.					
Nomin.	Rosæ, les roses.	Horti, les jardins.	Sorores, les sœurs.	Manus, les mains.	Dies, les jours.
Vocatif.	Rosæ, ô roses.	Horti, ô jardins.	Sorores, ô sœurs.	Manus, ô mains.	Dies, ô jours.
Génitif.	Rosarum, des ro.	Hortorum, des jardins.	Sororum, des sœurs.	Manuum, des mains.	Dierum, des jours.
Datif.	Rosis, aux roses.	Hortis, aux jardins.	Sororibus, aux sœurs	Manibus, aux mains.	Diebus, aux jours.
Accusa.	Rosas, les roses.	Hortos, les jardins.	Sorores, les sœurs.	Manus, les mains.	Dies, les jours.
Ablatif.	Rosis, des roses.	Hortis, des jardins.	Sororibus, des sœurs	Manibus, des mains.	Diebus, des jours.

Terminaison en r. (2e) — *Autre modèle.* (5e)

	2e	3e	5e
SINGULIER.			
Nomin.	Puer, m., l'enfant.	Avis, f., l'oiseau.	Res, f., la chose.
Vocatif.	Puer, ô enfant.	Avis, ô oiseau.	Res, ô chose.
Génitif.	Pueri, de l'enfant.	Avis, de l'oiseau.	Rei, de la chose.
Datif.	Puero, à l'enfant.	Avi, à l'oiseau.	Rei, à la chose.
Accusa.	Puerum, l'enfant.	Avem, l'oiseau.	Rem, la chose.
Ablatif.	Puero, de l'enfant.	Ave, de l'oiseau.	Re, de la chose.
PLURIEL.			
Nomin.	Pueri, les enfans.	Aves, les oiseaux.	Res, les choses.
Vocatif.	Pueri, ô enfans.	Aves, ô oiseaux.	Res, ô choses.
Génitif.	Puerorum, des enfans.	Avium, des oiseaux.	Rerum, des choses.
Datif.	Pueris, aux enfans.	Avibus, aux oiseaux.	Rebus, aux choses.
Accusa.	Pueros, les enfans.	Aves, les oiseaux.	Res, les choses.
Ablatif.	Pueris, des enfans.	Avibus, des oiseaux.	Rebus, des choses.

Terminaison en um. (2e) — *Terminaison en u.* (4e)

	2e	3e	4e
SINGULIER.			
N.V.Ac	Templum, n., le temple	Corpus, n., le corps.	Cornu, n., la corne.
Génitif.	Templi, du temple.	Corporis, du corps.	*(Pour tous les cas*
Datif.	Templo, au temple.	Corpori, au corps.	*du singulier).*
Ablatif.	Templo, du temple.	Corpore, du corps.	
PLURIEL.			
N.V.Ac	Templa, les temples.	Corpora, les corps.	Cornua, les cornes.
Génitif.	Templorum, des temples	Corporum, des corps	Cornuum, des cornes
Datif.	Templis, aux temples.	Corporibus, aux cor.	Cornibus, aux cornes
Ablatif.	Templis, des temples.	Corporibus, des cor.	Cornibus, des cornes

TERMINAISONS des cinq déclinaisons.

	1re.	2e.	3e.	4e.	5e.
	a	us		us	es
	à	e		us	es
	æ	i	is	ûs	ci
	æ	o	i	ui	ej
	am	um	em	um	em
	â	o	e.	u	o
Pl.	**Pl.**	**Pl.**	**Pl.**	**Pl.**	**Pl.**
	æ	i	es	us	es
	æ	i	es	us	es
	arum	orum	um	uum	erum
	is	is	ibus	ibus	ebus
	as	as	es	us	es
	is	is	ibus	ibus	ebus

En r.

En um. — En u.

NOMS À DÉCLINER.

Sur la 1re.

Hora, æ, l'heure.
Statua, æ, la Statue.
Mensa, æ, la table.
Herba, æ, l'herbe.
Stella, æ, l'étoile.

Sans singulier sont :

Divitiæ, arum, les richesses.
Tenebræ, arum, les ténèbres.
Nuptiæ, arum, les noces.
Athenæ, arum, Athènes.
Thebæ, arum, Thèbes, etc.

Sur la 2e.

Dominus, i, le seigneur.
Populus, i, le peuple.
Lupus, i, le loup.
Oculus, i, l'œil.
Cibus, i, la nourriture.
Corvus, i, le corbeau.
Capillus, i, le cheveu.
Nidus, i, le nid.

Ager, gri, le champ.
Magister, tri, le maître.
Aper, pri, le sanglier.
Liber, bri, le livre.
Socer, ceri, le beau-père.
Gener, neri, le gendre.
Vir, viri, l'homme.

Exemplum, i, l'exemple.
Bellum, i, la guerre.
Membrum, i, le membre.
Pratum, i, le pré.
Tectum, i, le toit.
Vinum, i, le vin.
Brachium, chii, le bras.
Folium, lii, la feuille.
Stadium, dii, l'étude.
Vitium, tii, le vice.

Sans singulier sont :

Castra, trorum, le camp.
Arma, morum, les armes.

Sur la 3e.

Virtus, utis, la vertu.
Leo, onis, le lion.
Pater, tris, le père.
Mater, tris, la mère.
Color, oris, la couleur.
Homo, minis, l'homme.
Judex, dicis, le juge.
Sermo, monis, le discours.
Miles, litis, le soldat.
Lapis, pidis, la pierre.
Paries, etis, le mur.
Opifex, ficis, l'artisan.
Hiems, hiemis, l'hiver.
Consul, sulis, le consul.

Nubes, bis, le nuage.
Nox, noctis, la nuit.
Mons, montis, la montagne.
Fons, fontis, la fontaine.
Mensis, sis, le mois.
Urbs, bis, la ville.

Tempus, poris, le temps.
Lumen, minis, la lumière.
Vulnus, neris, la blessure.
Genus, neris, le genre.
Carmen, minis, le chant.
Fulgur, guris, l'éclair.
Opus, peris, l'ouvrage.

Sur la 4e.

Vultus, tûs, le visage.
Fructus, tûs, le fruit.
Casus, sûs, la chute.
Exercitus, ûs, l'armée.
Currus, rûs, le char.
Gradus, dûs, le degré.
Passus, sûs, le pas.
Gemitus, ûs, le gémissement.

Genu, le genou.
Tonitru, le tonnerre.
Testu, la cloche.

Sur la 5e.

Effigies, ei, le portrait.
Species, ei, l'apparence.

Sans pluriel sont :

Facies, ei, la face.
Pernicies, ei, le malheur.
Spes, spei, l'espérance.

REMARQUES SUR LES DÉCLINAISONS.

SUR LA PREMIÈRE DÉCLINAISON.

1° Les substantifs de cette déclinaison ont le nominatif singulier en *a*; le génitif singulier en *æ*, et le génitif pluriel en *arum*.

2° Quelques substantif de cette déclinaison ont le datif et l'ablatif pluriel en *abus*; ce sont : *anima*, *filia*, *famula*, *dea*, *domina*, *hera*, *asina*, *equa*, *mula*, *nata*, *socia*, *sponsa*, *liberta*, *serva*. C'est pour les distinguer des masculins, *animus*, *filius*, etc., qui forment le datif et l'ablatif du pluriel en *is*.

3° Il y a quelques noms propres et d'autres tirés de la langue grecque, qui ne suivent pas dans tous les cas le modèle *rosa*. On les décline ainsi :

No. Æneas, Enée.	Musice, la musique.	Cometes, la comète.
Voc. Ænea, ô Enée.	Musice, ô musique.	Comete, ô comète.
Gén. Æneæ, d'Enée.	Musices, de la musique	Cometæ, de la comète.
Dat. Æneæ, à Enée.	Musicæ, à la musique.	Cometæ, à la comète.
Acc. Æneam ou an, Enée.	Musicen, la musique.	Cometen, la comète.
Abl. Æneâ, d'Enée.	Musice, de la musique.	Comete, de la comète.

Ainsi se déclinent : Grammatice, la grammaire. Rhetorice, la rhétorique, etc.

Le pluriel de ces noms se décline comme *rosæ*, *arum*, etc.

(Les noms propres n'ont pas de pluriel.)

SUR LA DEUXIÈME DÉCLINAISON.

1° La seconde déclinaison comprend, 1° des substantifs masculins et féminins en *us*; 2° des substantifs masculins en *er* ou *r*; 3° des substantifs neutres en *um*. Le génitif singulier est en *i*, et le génitif pluriel en *orum*.

Le datif et l'ablatif du singulier et du pluriel sont toujours semblables.

2° Il y a quelques noms en *ius*, comme *filius*, le fils; *Antonius*, Antoine; *Horatius*, Horace; *Virgilius*, Virgile; ils font le vocatif en *i*, comme *fili*, *Antoni*, etc.

3° Trois noms font le vocatif semblable au nominatif; ce sont : *Agnus*; *Chorus*, *Deus*; ce dernier, au pluriel, se décline de la manière suivante : N. V. *Dii* ou par contraction *Di*, les Dieux. G. *Deorum* ou *Deûm*. D. *Diis* ou *Dis*. Acc. *Deos*. Ab. *Diis* ou *Dis*.

4° Il y a quelques noms propres tirés du grec qui se déclinent ainsi. EXEMPLE : N. *Orpheus*. V. *Orpheu*. G. *Orphei* ou *Orpheos*. D. *Orpheo*. Acc. *Orpheum* ou *Orphea*. Ab. *Orpheo*.

SUR LA TROISIÈME DÉCLINAISON.

1° Cette déclinaison renferme des noms de tous les trois genres; elle a dix terminaisons pour le nominatif : *a*, *e*, *o*, *c*, *l*, *n*, *r*, *s*, *t*, *x*. Le génitif singulier est en *is*, et le génitif pluriel en *um*.

2° Plusieurs noms font le génitif pluriel en *ium*, sur *Avis*.

3° D'autres ont l'accusatif singulier en *im* et l'ablatif en *i*, comme *securis*, la hache, Acc. *securim*, Ab. *securi*; ainsi se déclinent : *sitis*, la soif; *tussis*, la toux; *tigris*, le tigre; *vis*, la force, etc.

4° Les noms neutres en *e*, en *al* et en *ar*, ont l'ablatif singulier en *i*, et les trois cas semblables du pluriel en *ia*, comme : *cubile*, le lit, Ab. *cubili*. Pluriel, *cubilia*; *animal*, Ab. *animali*. Pluriel, *animalia*, les animaux; *exemplar*, le modèle, Ab. *exemplari*. Pluriel, *exemplaria*, etc.

5° Le nom *bos*, Gén. *bovis*, le bœuf, fait au génitif pluriel *boum* et au datif et à l'ablatif *bobus*.

SUR LA QUATRIÈME DÉCLINAISON.

1° Cette déclinaison renferme des noms masculins et féminis en *us* et des neutres en *u*. Le génitif singulier des noms masculins et féminins est en *ûs* avec un accent circonflexe, et le génitif pluriel en *uum*. Les neutres sont invariables au singulier.

2° Quelques noms de cette déclinaison font le datif et l'ablatif pluriel en *ubus*; ce sont : *arcus*, l'arc; *artus*, les membres du corps; *lacus*, un lac; *partus*, l'enfantement; *portus*, un port; *tribus*, la tribu; *quercus*, un chêne; *specus*, une caverne; *ficus*, le figuier; *veru*, une broche.

3° Le nom *domus*, maison, se décline ainsi :

SINGULIER.	PLURIEL.	Le nom *Jesus* se décline ainsi :
		Nomin. Jesus.
N. V. Domus, la maison.	Domus, les maisons.	Vocatif. Jesu.
Génit. Domûs et domi.	Domuum et domorum.	Génitif. Jesu.
Datif. Domui et domo.	Domibus, aux maisons.	Datif. Jesu.
Accus. Domum, la maison.	Domus et domos.	Accusa. Jesum.
Ablat. Domu, mieux domo.	Domibus, des maisons.	Ablatif. Jesu.

SUR LA CINQUIÈME DÉCLINAISON.

1° Cette déclinaison ne renferme que des noms en *es*, qui sont tous du genre féminin. Le nom *Dies*, seul, est des deux genres.

Le génitif singulier est en *ei*, et le génitif pluriel en *erum*.

DEUXIÈME TABLEAU.

De la Déclinaison des Adjectifs.

ADJECTIFS appartenant à la 1re et 2e déclinaison.

SINGULIER.

	Masculin.	Féminin.	Neutre.
Nominatif	Bonus, bon.	Bona, bonne.	Bonum, bon.
Vocatif...	Bone	Bona	Bonum.
Géninitif.	Boni	Bonæ	Boni.
Datif....	Bono	Bonæ	Bono.
Accusatif.	Bonum	Bonam	Bonum,
Ablatif...	Bono	Bonâ	Bono.

PLURIEL.

	Masculin.	Féminin.	Neutre.
Nominatif	Boni, bons.	Bonæ, bonnes.	Bona.
Vocatif...	Boni	Bonæ.	Bona.
Génitif...	Bonorum	Bonarum	Bonorum.
Datif.....	Bonis	Bonis	Bonis.
Accusatif.	Bonos	Bonas	Bona.
Ablatif...	Bonis	Bonis	Bonis.

Terminaison en r.

SINGULIER.

	Masculin.	Féminin.	Neutre.
Nominatif	Pulcher, beau.	Pulchra, belle.	Pulchrum.
Vocatif...	Pulcher	Pulchra	Pulchrum.
Génitif...	Pulchri	Pulchræ	Pulchri.
Datif.....	Pulchro	Pulchræ	Pulchro.
Accusatif.	Pulchrum	Pulchram	Pulchrum.
Ablatif...	Pulchro	Pulchrâ	Pulchro.

PLURIEL.

	Masculin.	Féminin.	Neutre.
Nominatif	Pulchri, beaux.	Pulchræ, belles.	Pulchra.
Vocatif...	Pulchri	Pulchræ	Pulchra.
Génitif...	Pulchrorum	Pulchrarum	Pulchrorum
Datif.....	Pulchris	Pulchris	Pulchris.
Accusatif.	Pulchros	Pulchras	Pulchra.
Ablatif...	Pulchris	Pulchris	Pulchris.

ADJECTIFS APPARTENANT A LA 5e DÉCLINAISON.

SINGULIER.

Masc. et fém.	Neutre.
Felix } heureux..	
Felix	
Felicis } Pour les 3 genres.	
Felici	
Felicem.	Felix.
Félice ou Felici. Pour les 3 genres.	

PLURIEL.

Masc. et fém.	Neutre.
Felices	Felicia.
Felices	Felicia.
Felicium } Pour les 3 genres.	
Felicibus	
Felices	Felicia.
Felicibus. Pour les 3 genres.	

SINGULIER.

Masc. et fém.	Neutre.
Utilis, utile.	Utile.
Utilis	Utile.
Utilis } Pour les 3 genres.	
Utili	
Utilem	Utile.
Utili. Pour les 3 genres.	

PLURIEL.

Masc. et fém.	Neutre.
Utiles	Utilia.
Utiles	Utilia.
Utilium } Pour les 3 genres.	
Utilibus	
Utiles	Utilia.
Utilibus. Pour les 3 genres.	

Terminaison en r.

SINGULIER.

Masculin.	Féminin.	Neutre.
Acer, vif.	Acris, vive.	Acre, vif.
Acris	Acris	Acre.
Acris, etc.		

Le reste se décline commè *utilis.*

Déclinez sur *Utilis :*

Facilis, neutre; Facile, facile.
Fortis, neutre, Forte, fort.
Levis, neutre, Leve, léger.
Gravis, neutre, Grave, lourd.
Turpis, neutre, Turpe, honteux.
Vilis, neutre, Vile, vil.
Brevis, neutre, Breve, court.
Cœlestis, neutre, Cœleste, céleste.
Dulcis, neutre, Dulce, doux.
Omnis, neutre, Omne, tout.
Juvenis, jeune, fait au génitif pluriel juvenum.

ADJECTIFS A DÉCLINER.

Sur *Bonus, a, um :*

Doctus, a, um, savant.
Sanctus, a, um, saint.
Magnus, a, um, grand.
Parvus, a, um, petit.
Longus, a, um, long.
Latus, a, um, large.
Plenus, a, um, plein.
Gratus, a, um, agréable.
Candidus, a, um, blanc.
Avarus, a, um, avare.
Et tous les participes du futur actif en rus, ra, rum, *et du futur passif en* dus, da, dum.

Sur *Pulcher, chra, chrum :*

Æger, gra, grum, malade.
Niger, gra, grum, noir.
Ruber, bra, brum, rouge.
Piger, gra, grum, paresseux.
Sacer, cra, crum, sacré.
Miser, sera, serum, misérable.
Liber, bera, berum, libre.

Sur *Felix :*

Audax, gén. Audacis, hardi.
Inops — Inopis, pauvre.
Mendax — mendacis, menteur.
Velox — Velocis, prompt.
Sapiens — Sapientis, sage.
Prudens — Prudentis, prudent.
Potens — Potentis, puissant.
Et tous les participes présens des verbes.

Sur *Acer, cris, cre :*

Celeber, bris, bre, célèbre.
Celer, leris, lere, prompt.
Alacer, cris, cre, vif.
Saluber, bris, bre, salutaire.
Silvester, tris, tre, sauvage.

REMARQUES SUR LES ADJECTIFS.

1° On voit sur le tableau qui précède, qu'il y a des adjectifs qui se déclinent d'après la 1ʳᵉ et la 2ᵉ, et d'autres d'après la 3ᵉ déclinaison; il n'y en a pas sur la 4ᵉ ni sur la 5ᵉ.

2° On voit encore qu'il y a des adjectifs à trois terminaisons pour le nominatif, comme *bonus*, *bona*, *bonum*; *pulcher*, *pulchra*, *pulchrum*. La terminaison *us* et *r* est pour le masculin; celle en *a*, pour le féminin; celle en *um* pour le neutre.

3° Il y en a d'autres qui n'ont que deux terminaisons pour le nominatif, comme *utilis*, *utile*. La terminaison *is* est pour le masculin et le féminin; la terminaison *e* pour le neutre. Ils font l'ablatif singulier en *i*, pour ne pas le confondre avec le neutre.

   Note. Quelques adjectifs en *er*, qui se déclinent comme *utilis*, ont trois terminaisons pour le nominatif et le vocatif singulier, comme : *Acer*, *acris*, *acre*. Dans tous les autres cas ils suivent le modèle *utilis*.

4° Enfin il y a des adjectifs qui n'ont qu'une seule terminaison pour le nominatif singulier comme *felix*.

5° Les adjectifs servent à qualifier ou à désigner les substantifs; ils doivent donc avoir les trois genres, parce qu'ils sont susceptibles d'être joints à des substantifs masculins, ou féminins ou neutres. Aussi l'adjectif doit-il se mettre au même genre, au même nombre et au même cas que le substantif qu'il qualifie. Exemple :

SINGULIER.

	Masculin.	Féminin.	Neutre.
Nominatif.	Pater bonus	Mater bona	Exemplum bonum.
	Le père bon	La mère bonne	L'exemple bon.
Vocatif...	Pater bone	Mater bona	Exemplum bonum.
Génitif...	Patris boni	Matris bonæ	Exempli boni.
Datif.....	Patri bono	Matri bonæ	Exemplo bono.
Accusatif..	Patrem bonum	Matrem bonam	Exemplum bonum,
Ablatif...	Patre bono	Matre bonâ	Exemplo bono.

PLURIEL.

	Masculin.	Féminin.	Neutre.
Nominatif.	Patres boni	Matres bonæ	Exempla bona.
Vocatif...	Patres boni	Matres bonæ	Exempla bona.
Génitif...	Patrum bonorum	Matrum bonarum	Exemplorum bonorum.
Datif.....	Patribus bonis	Matribus bonis	Exemplis bonis.
Accusatif...	Patres bonos	Matres bonas	Exempla bona.
Ablatif...	Patribus bonis	Matribus bonis	Exemplis bonis.

DES DEGRÉS DE SIGNIFICATION.

1° Les adjectifs peuvent indiquer la qualité du substantif en plus ou en moins; par exemple, on peut dire :

   1° Pierre est savant;

   2° Pierre est *plus savant* que ses condisciples;

   3° Pierre est *très-savant* ou *le plus savant* de ses condisciples.

   Savant, *plus savant*, *très-savant* ou *le plus savant*, sont trois différens degrés de signification de l'adjectif.

   Le premier degré *savant*, s'appelle *positif*; c'est l'adjectif dans sa signification simple.

   Le second degré *plus savant*, s'appelle *comparatif*, parce qu'il exprime une comparaison entre deux ou plusieurs objets.

   Le troisième degré, *très-savant* ou *le plus savant*, s'appelle *superlatif*, parce qu'il exprime la qualité au plus haut degré.

2° Le comparatif français se fait en mettant *plus* devant l'adjectif.

3° Le superlatif français se forme en mettant *le plus*, *la plus*, ou bien, *très*, *fort*, devant l'adjectif. C'est encore un superlatif quand devant *plus* il y a un des adjectifs possessifs, *mon*, *ton*, *son*, *notre*, *votre*, *leur*; comme : mon plus fidèle ami.

FORMATION DU COMPARATIF.

4° Le comparatif latin se forme du cas du positif terminé en *i*, auquel on ajoute *or* pour le masculin et le féminin, et *us* pour le neutre. Donc pour former le comparatif d'un adjectif de la seconde déclinaison, on prend le génitif, comme *doctus*, génitif *docti*; comparatif *doctior*. D'un adjectif de la 3ᵉ déclinaison, on prend le datif; EXEMPLE : *utilis*, datif *utili*; comparatif *utilior*.

   Le masculin et le féminin en *or* se déclinent comme *soror* et le neutre en *us*, comme *corpus*. EXEMPLE :

	Mas. et fém.	Neutre.		Mas. et fém.	Neutre.
Nomin.	Doctior	Doctius.		Pulchrior	Pulchrius.
Génitif.	Doctioris	Doctioris.		Pulchrioris	Pulchrioris.
Datif..	Doctiori, etc.	Doctiori, etc.		Pulchriori, etc.	Pulchriori, etc.

(*Voyez la suite après le Tableau suivant.*)

TROISIÈME TABLEAU.

Des Adjectifs numéraux.

<table>
<tr><td colspan="4" align="center">DES ADJECTIFS NUMÉRAUX CARDINAUX.</td></tr>
<tr>
<td>1. Unus–a–um</td><td>I.</td>
<td>28. Octo et viginti, ou duodetriginta.</td><td>XXVIII.</td>
</tr>
<tr>
<td>2. Duo–æ–o.</td><td>II.</td>
<td>29. Novem et viginti, ou undetriginta.</td><td>XXIX.</td>
</tr>
<tr>
<td>3. Tres–tria.</td><td>III.</td>
<td>3o. Triginta</td><td>XXX.</td>
</tr>
<tr>
<td>4. Quatuor</td><td>IV.</td>
<td>4o. Quadraginta</td><td>XL.</td>
</tr>
<tr>
<td>5. Quinque</td><td>V.</td>
<td>5o. Quinquaginta</td><td>L.</td>
</tr>
<tr>
<td>6. Sex</td><td>VI.</td>
<td>6o. Sexaginta</td><td>LX.</td>
</tr>
<tr>
<td>7. Septem</td><td>VII.</td>
<td>7o. Septaginta</td><td>LXX.</td>
</tr>
<tr>
<td>8. Octo</td><td>VIII.</td>
<td>8o. Octoginta</td><td>LXXX.</td>
</tr>
<tr>
<td>9. Novem</td><td>IX.</td>
<td>9o. Nonaginta</td><td>XC.</td>
</tr>
<tr>
<td>10. Decem</td><td>X.</td>
<td>100. Centum</td><td>C.</td>
</tr>
<tr>
<td>11. Undecim</td><td>XI.</td>
<td>101. Centum et unus.</td><td>CI.</td>
</tr>
<tr>
<td>12. Duodecim</td><td>XII.</td>
<td>110. Centum et decem.</td><td>CX.</td>
</tr>
<tr>
<td>13. Tredecim</td><td>XIII.</td>
<td>200. Ducenti–tæ–ta</td><td>CC.</td>
</tr>
<tr>
<td>14. Quatuordecim</td><td>XIV.</td>
<td>3oo. Trecenti–tæ–ta</td><td>CCC.</td>
</tr>
<tr>
<td>15. Quindecim</td><td>XV.</td>
<td>4oo. Quadragenti–tæ–ta</td><td>CCCC.</td>
</tr>
<tr>
<td>16. Sexdecim</td><td>XVI.</td>
<td>5oo. Quingenti–tæ–ta</td><td>IↃ (D)</td>
</tr>
<tr>
<td>17. Septemdecim</td><td>XVII.</td>
<td>6oo. Sexcenti–tæ–ta</td><td>IↃC (DC).</td>
</tr>
<tr>
<td>18. Octodecim, ou duodevigenti</td><td>XVIII.</td>
<td>7oo. Septingenti–tæ–ta</td><td>IↃCC (DCC).</td>
</tr>
<tr>
<td>19. Novemdecim, ou undeviginti.</td><td>XIX.</td>
<td>8oo. Octinginti–tæ–ta</td><td>IↃCCC (DCCC).</td>
</tr>
<tr>
<td>20. Viginti</td><td>XX.</td>
<td>9oo. Nonigenti–tæ–ta</td><td>DCCCC.</td>
</tr>
<tr>
<td>21. Unus et viginti, ou viginti unus.</td><td>XXI.</td>
<td>1ooo. Mille</td><td>CIↃ (M).</td>
</tr>
<tr>
<td>22. Duo et viginti, ou viginti duo.</td><td>XXII.</td>
<td>2ooo. Bis mille ou duo milia.</td><td>MM.</td>
</tr>
</table>

Note. Les adjectifs numéraux cardinaux sont indéclinables, excepté les trois premiers, qui se déclinent ainsi :

	m.	f.	n.		m.	f.	n.		m.	f.	n.
N.	unus	una	unum.		Duo	duæ	duo.		Tres	tres	tria.
G.	Unius				Duorum	Duarum	Duorum.		Trium		
D.	Uni	les trois genres.			Duobus	duabus	duobus.		Tribus	les trois genres.	
Acc.	Unum	unam	unum.		Duos ou duo	duas	duo.		Tres	tres	tria.
Ab.	Uno	una	uno.		Duobus	duabus	duobus.		Tribus.		

<table>
<tr><td colspan="4" align="center">DES ADJECTIFS NUMÉRAUX ORDINAUX.</td></tr>
<tr>
<td>1er Primus–a–um.</td>
<td>21e Vicesimus primus.</td>
</tr>
</table>

1er Primus–a–um.	21e Vicesimus primus.
2e Secundus.	22e Vicesimus secundus.
3e Tertius.	3oe Tricesimus.
4e Quartus.	4oe Quadragesimus.
5e Quintus.	5oe Quinquagesimus.
6e Sextus.	6oe Sexagesimus.
7e Septimus.	7oe Septuagesimus.
8e Octavus.	8oe Octogesimus.
9e Nonus.	9oe Nonagesimus.
10e Decimus.	100e Centesimus.
11e Undecimus.	101e Centesimus primus.
12e Duodecimus.	200e Ducentesimus.
13e Decimus tertius.	3ooe Trecentesimus.
14e Decimus quartus.	4ooe Quadringentesimus.
15e Decimus quintus.	5ooe Quingentesimus.
16e Decimus sextus.	6ooe Sexcentesimus.
17e Decimus septimus.	7ooe Septingentesimus.
18e Decimus octavus, ou Duode-vicesimus.	8ooe Octingentesimus.
	9ooe Nongentesimus.
19e Decimus nonus, ou undevice-simus.	1oooe Millesimus.
	2oooe Bis millesimus.
20e Vicesimus.	3oooe Ter millesimus.

Note. Tous les adjectifs numéraux ordinaux se déclinent sur bonus–a–um.

Déclinés sur Unus–a–um :

Alter,	tera,	terum	*autre.*	Génitif Alterius.	Datif Alteri, etc.
Ullus,	la,	lum	*aucun.*	— Ullius.	— Ulli
Nullus,	la,	lum	*aucun.*	— Nullius.	— Nulli.
Solus,	la,	lum	*seul.*	— Solius.	— Soli.
Totus,	ta,	tum	*tout.*	— Totius.	— Toti.
Alius,	lia,	liud	*autre.*	— Alius.	— Alii.
Uter,	tra,	trum	*lequel des deux.*	— Utrius.	— Utri.
Neuter,	tra,	trum	*ni l'un ni l'autre.*	— Neutrius.	— Neutri.
Uterque, utraque, utrumque			*l'un et l'autre.*	— Utriusque.	— Utrique.
Alteruter, alterutra, alterutrum			*l'un ou l'autre.*	Alterutrius.	— Alterutri.

Sur Duo, Duæ, Duo :

Ambo, ambæ, ambo. *tous les deux, tous deux.*

SUITE DES REMARQUES SUR LES ADJECTIFS.

FORMATION DU SUPERLATIF.

5° Le superlatif latin se forme aussi du cas du positif, terminé en *i*, auquel on ajoute *ssimus*, *ma*, *mum*; comme : *docti*, superlatif : *doctissimus*. Pour tous les adjectifs en *r*, on ajoute simplement *rimus*, au nominatif singulier. Exemple : *pulcher*, superlatif : *pulcherrimus*; *miser*, superlatif : *miserrimus*.

EXCEPTIONS.

1°. Quelques adjectifs en *lis*, forment leur superlatif en *il-limus*, comme : *facilis*, *facillimus*; de même, *difficilis*, *imbecilis*, *humilis*, *similis*, *gracilis*, *verisimilis*, *agilis*.

2° Les adjectifs terminés en *dicus*, *ficus*, *volus*, comme *maledicus*, *beneficus*, *benevolus*, etc., forment leur comparatif en changeant *us* en *entior*; et leur superlatif en *entissimus*. Exemple :

	Comparatif.	Superlatif.
Maledicus	Maledicentior	Maledicentissimus.
Beneficus	Beneficentior	Beneficentissimus.
Benevolus	Benevolentior	Benevolentissimus.

3° Les quatre adjectifs *bonus*, *malus*, *magnus*, *parvus*, forment le comparatif et le superlatif irrégulièrement, comme :

	Comparatif.	Superlatif.
Bonus, bon	Melior, meilleur	Optimus, le meilleur, ou très-bon.
Malus, mauvais	Pejor, pire	Pessimus, le pire.
Magnus, grand	Major, plus grand	Maximus, le plus grand.
Parvus, petit	Minor, plus petit, ou moindre	Minimus, le plus petit, ou le moindre.

4° Les adjectifs qui ont une voyelle devant *us*, forment le comparatif et le superlatif comme en français. Exemple :

	Comparatif.	Superlatif.
Pius, pieux	Magis pius, plus pieux.	Maxime pius, très ou le plus pieux.
Conspicuus, remarquable	Magis conspicuus, plus rem.	Maxime conspicuus, très-rem.

DES PRONOMS.

1° On distingue plusieurs sortes de *pronoms* : les *pronoms personnels*; les *pronoms adjectifs démonstratifs* ou *indicatifs*; les *pronoms adjectifs possessifs*; les *pronoms relatifs*, et les *pronoms interrogatifs*.

2° Les pronoms personnels sont ceux qui rappellent l'idée des personnes sans les nommer. Il y a trois personnes : la première est celle qui parle, comme : *ego*, moi; la seconde, celle à qui l'on parle, comme *tu*, toi; la troisième, celle de qui l'on parle, comme : *sui*, de lui-même, d'elle-même, d'eux-mêmes. On les appelle aussi *pronoms substantifs*.

3° Les pronoms adjectifs démonstratifs servent à démontrer les objets. Ils se rapportent à la troisième personne, excepté *ipse*, qui est des trois personnes : *ego ipse*, moi-même; *tu ipse*, toi-même, etc.

4° Les pronoms adjectifs possessifs expriment la possession d'une chose, comme : *meus*, le mien; *noster*, le nôtre. On les appelle *pronoms adjectifs*, ainsi que les précédens (N° 3), parce qu'ils se rapportent toujours à un substantif exprimé ou sous-entendu, avec lequel ils s'accordent en genre, en nombre et en cas; comme : *hic homo*, cet homme; *meus liber*, mon livre.

5° Les pronoms relatifs sont ceux qui se rapportent à un substantif ou à un pronom qui précède et qui s'appelle *antécédent* du pronom relatif, comme *Deus qui regnat*, Dieu qui règne; le mot *Deus* est l'antécédent du pronom relatif *qui*, avec lequel ce pronom s'accorde en genre et en nombre.

6° Les pronoms interrogatifs sont ceux qui servent à interroger, comme : *qui êtes-vous? que demandez-vous?* On peut les tourner par *quelle personne*, *quelle chose*; exemple : *quelle personne êtes-vous? quelle chose demandez-vous?*

QUATRIÈME TABLEAU.

De la Déclinaison des Pronoms.

PRONOMS PERSONNELS.

1re PERSONNE.

SINGULIER.

Nom.	Ego, moi, je.
Gén.	Meî, de moi.
Dat.	Mihi, à moi, me.
Acc.	Me, moi, me.
Abl.	Me, de moi.

PLURIEL.

Nom.	Nos, nous.
Gén.	Nostrûm ou Nostri, de nous.
Dat.	Nobis, à nous.
Acc.	Nos, nous.
Abl.	Nobis, de nous.

Il n'y a pas de vocatif.

2e PERSONNE.

SINGULIER.

Nom.	Tu, toi, tu.
Voc.	O tu, ô toi.
Gén.	Tuî, de toi.
Dat.	Tibi, à toi, te.
Acc.	Te, toi, te.
Abl.	Te, de toi.

PLURIEL.

Nom.	Vos, vous.
Voc.	O vos, ô vous.
Gén.	Vestrûm ou Vestri, de vous.
Dat.	Vobis, à vous.
Acc.	Vos, vous.
Abl.	Vobis, de vous.

3e PERSONNE.

SINGULIER.

Nom.	(Manque.)
Voc.	(Manque.)
Gén.	Sui, de soi, de lui-même, d'elle-même.
Dat.	Sibi, à soi.
Acc.	Se, soi, se.
Abl.	Se, de soi.

PLURIEL.

Nom.	Le pluriel est le même que le singulier.
Voc.	
Gén.	
Dat.	
Acc.	
Abl.	

PRON. ADJ. DÉMONSTRAT.

SINGULIER.

	m.	f.	n.	
Nom.	Is,	Ea,	Id,	lui, elle.
Gén.	Ejus			pour les 3 genres, de lui
Dat.	Ei			à lui.
Acc.	Eum,	Eam,	Id,	le, la.
Abl.	Eo,	Eâ,	Eo,	de lui, d'elle.

PLURIEL.

Nom.	Ei, ou ii,	Eæ,	Ea,	eux, elles.
Gén.	Eorum,	Earum,	Eorum,	d'eux.
Dat.	Iis ou Eis (les trois genres).			
Acc.	Eos,	Eas,	Ea,	les, eux.
Abl.	Iis ou Eis (les trois genres).			

Il n'a pas de vocatif.

AUTRE.

SINGULIER.

	m.	f.	n.
Nom.	Hic,	Hæc,	Hoc, celui-ci, celle-ci, cela.
Gén.	Hujus		pour les trois genres.
Dat.	Huic		
Acc.	Hunc,	Hanc,	Hoc.
Abl.	Hoc,	Hâc,	Hoc.

PLURIEL.

	m.	f.	n.
Nom.	Hi,	Hæ,	Hæc, ceux, celles.
Gén.	Horum,	Harum,	Horum.
Dat.	His (les trois genres).		
Acc.	Hos,	Has,	Hæc.
Abl.	His (les trois genres).		

AUTRE.

SINGULIER.

Nom.	Ille,	Illa,	Illud, celui-là, celle-là, cela.
Gén.	Illius		pour les trois genres.
Dat.	Illi		
Acc.	Illum,	Illam,	Illud.
Abl.	Illo,	Illâ,	Illo.

PLURIEL.

Nom.	Illi,	Illæ,	Illa, ceux-là, celles-là.
Gén.	Illorum,	Illarum,	Illorum.
Dat.	Illis (les trois genres).		
Acc.	Illos,	Illas,	Illa.
Abl.	Illis (les trois genres).		

PRONOMS ADJECTIFS POSSESSIFS.

SINGULIER.

m.	f.	n.
Meus,	Mea,	Meum, mon, ma, le mien. Vocatif, Mi, Mea, Meum.
Mei,	Meæ,	Mei.
Meo,	Meæ,	Meo.
Meum,	Meam,	Meum.
Meo,	Meâ,	Meo.

PLURIEL.

Mei,	Meæ,	Mea, mes, ou les miens, les miennes.
Meorum,	Mearum,	Meorum.
Meis (les trois genres).		
Meos,	Meas,	Mea.
Meis (les trois genres).		

Le vocatif pluriel comme le nominatif.

SINGULIER.

Noster,	Nostra,	Nostrum, notre, le nôtre, la nôtre.
Nostri,	Nostræ,	Nostri.
Nostro,	Nostræ,	Nostro.
Nostrum,	Nostram,	Nostrum.
Nostro,	Nostrâ,	Nostro.

PLURIEL.

Nostri,	Nostræ,	Nostra, nos, les nôtres.
Nostrorum,	Nostrarum,	Nostrorum.
Nostris (les trois genres).		
Nostros,	Nostras,	Nostra.
Nostris (les trois genres).		

Le vocatif des deux nombres est semblable au nominatif.

Déclinez sur Meus:

Tuus, a, um, ton, le tien.
Suus, a, um, son, le sien.
Cujus, a, um, à qui?
Mais ils n'ont point de vocatif.

Sur Noster:

Vester, tra, trum, votre, le vôtre, la vôtre.

PRONOMS RELATIFS.

SINGULIER.

	m.	f.	n.
	Qui,	Quæ,	Quod, qui, lequel, laquelle.
	Cujus / Cui		des trois genres.
	Quem,	Quam,	Quid et Quod.
	Quo,	Quâ,	Quo.

PLURIEL.

	Qui,	Quæ,	Qua, qui, lesquels.
	Quorum,	Quarum,	Quorum.
	Quibus et Queis (les trois genres).		
	Quos,	Quas,	Quæ.
	Quibus (les trois genres).		

PRONOM INTERROGATIF.

SINGULIER.

	Quis,	Quæ,	Quid et Quod, qui, quel, quelle.
	Cujus / Cui		des trois genres.
	Quem,	Quam,	Quid et Quod.
	Quo,	Quâ,	Quo.

PLURIEL.

Il est semblable à celui du pronom relatif.

Déclinez sur Ille, a, ud:

Iste, Ista, Istud, ce, cette.
Ipse, Ipsa, Ipsum, même.

Sur Is, ea, id:

Idem, Eadem, Idem, le même, la même.
Gén. Ejusdem.
Dat. Eidem.
Acc. Eumdem, Eamdem, Idem, &c.

[Cinquième colonne]

Dans les composés de *qui*, on décline seulement *qui*. Exemple :

Quicunque, quæcunque, quodcunque, quiconque ; gén. cujuscunque ; dat. cuicunque, &c.

Quidam, quædam, quoddam et quiddam, un, certain ; gén. cujusdam ; dat. cuidam, &c.

Quilibet, quælibet ; quodlibet et quidlibet, qui l'on voudra ; gén. cujuslibet ; dat. cuilibet, &c.

Quivis, quævis, quodvis, qui que ce soit ; gén. cujusvis ; dat. cuivis, &c.

Sur le Pronom interrogatif :

Quisnam, quænam, quodnam et quidnam, quel ; gén. cujusnam, &c. (Dans les pronoms interrogatifs le neutre *quod* ne se met qu'avec un nom).

Quispiam, quæpiam, quodpiam et quidpiam, quelqu'un ; gén. cujuspiam, &c.

Quisquam, quelqu'un.

Quisque, chacun.

Quisquis, masculin et féminin, quidquid, neutre, qui que ce soit, tout ce qui. Il n'a que les cas suivans : dat. cuicui ; abl. quoquo ; acc. plur. quosquos.

Aliquis, aliqua, aliquod et aliquid, quelqu'un, quelqu'une, quelque chose ; ce pronom a les trois cas semblables du pluriel en *a*.

Unusquisque, unaquæque, unumquodque, chacun ; gén. uniuscujusque ; dat. unicuique ; acc. unumquemque, unamquamque, unumquodque ; ab. unoquoque, unaquâque, unoquoque.

REMARQUES SUR LES VERBES.

1° Dans les verbes il faut remarquer six choses : l'*espèce*, le *mode*, le *temps*., le *nombre*, la *personne* et la *conjugaison*.

ESPÈCES.

2° Selon l'espèce , le verbe est ou *actif* ou *passif*, ou *neutre*, ou *déponent*.

Le verbe *actif* exprime que le sujet fait une action, qu'il agit directement sur un certain objet (personne ou chose) ; il est terminé au présent de l'indicatif en *o*, et il a un passif; EXEMPLE : *amo*, j'aime. On demande j'aime qui ? *Deum* , Dieu. Le mot sur lequel tombe l'action exprimée par le verbe actif, et qui répond à la question *qui?* ou *quoi?* se met toujours à l'accusatif en latin.

Le verbe *passif* est celui qui exprime une action reçue, soufferte par le sujet. Il est terminé en *or*. EXEMPLE : *amor*, je suis aimé. On demande *de qui?* ou *par qui?* Le mot qui répond à cette question se met à l'ablatif. EXEMPLE : je suis aimé de qui? de Dieu, *à Deo*.

Le verbe *neutre* (c'est-à-dire, qui n'est ni actif, ni passif) est terminé en *o* et se conjugue comme le verbe actif, mais il n'a pas de passif, parce que le sujet n'agit pas directement sur un objet. EXEMPLE : *dormio*, je dors.

Le verbe *déponent* est celui qui se conjugue en latin comme le verbe passif, et en français comme les verbes actifs ou neutres. EXEMPLE : *imitor*, j'imite. Tous les verbes déponens ne gouvernent pas le même cas; il y en a qui gouvernent le génitif; d'autres le datif, l'accusatif ou l'ablatif.

MODES.

3° On appelle *modes* les différentes manières de modifier l'état ou l'action qu'exprime le verbe. Il y a cinq modes dans les verbes latins : l'*indicatif*, l'*impératif*, le *subjonctif*, l'*infinitif* et le *participe*.

L'*indicatif* affirme d'une manière positive que l'action se fait, ou qu'elle s'est faite, ou qu'elle se fera, comme : je *lis*, j'ai *lu*, je *lirai*.

L'*impératif* commande que l'action se fasse, comme : *lis*, *faites* votre devoir.

Le *subjonctif* indique la subordination du verbe à un autre verbe qui précède, comme : je veux que tu *fasses*; ces mots : *que tu fasses*, dépendent du verbe je *veux*, qui précède.

Le mot *infinitif* veut dire, indéfini, indéterminé ; il exprime l'action ou l'état en général sans nombres, ni personnes ; comme : *lire*, *aimer*.

Le *participe* sert à qualifier un substantif, et en même temps il marque un temps du verbe et peut avoir un régime. Il est donc à la fois adjectif et verbe, et peut être considéré comme cinquième mode.

Note. le mode *conditionnel* du français se traduit en latin par l'imparfait du subjonctif, pour le conditionnel présent ; par le plusqueparfait du subjonctif, pour le conditionnel passé.

(Voyez la suite après le 5° Tableau.)

CINQUIÈME TABLEAU.

De la conjugaison du Verbe substantif. SUM.

	INDICATIF.	IMPÉRATIF.	SUBJONCTIF.	INFINITIF.	PARTICIPES.	VERBES A CONJUGUER.
Présent.	S. Sum, je suis. Es, tu es. Est, il est. P. Somus, nous sommes. Estis, vous êtes. Sunt, ils sont.	S. Point de 1re personne. Es, ou Esto, sois. Esto, qu'il soit. P. Simus, soyons. Este, ou Estote, soyez. Sunto, qu'ils soient.	Sim, que je sois. Sis, que tu sois. Sit, qu'il soit. Simus, que nous soyons. Sitis, que vous soyez. Sint, qu'ils soient.	Esse, être, qu'il est, ou qu'il était.	(Manque en latin.) Étant.	Conjugez sur *Sum* : Adesse, être présent. Absum, abesse, être absent. Desum, deesse, manquer à. Intersum, Interesse, assister à. Insum, Inesse, être dans. Obsum, obesse, nuire. Præsum, Præesse, présider. Subsum, subesse, être dessous. Prosum, Prodesse, être utile, servir ; Dans ce dernier verbe on met la lettre *d* entre *pro* et le verbe, partout où celui-ci commence par une voyelle. EXEMPLE : au lieu de dire *proes*, on dit *prodes*, et de même dans tout le verbe.
Imparfait.	S. Eram, j'étais. Eras, tu étais. Erat, il était. P. Eramus, nous étions. Eratis, vous étiez. Erant, ils étaient.		Essem, ou Forem, que je fusse Esses, ou Fores, ou je serais. Esset, ou Foret, Essemus, Essetis, Essent, ou Forent.			
Parfait.	S. Fui, j'ai été, ou je fus, Fuisti, ou j'eus été. Fuit, P. Fuimus, Fuistis, Fuerunt, ou Fuêre.		Fuerim, que j'aie été. Fueris, Fuerit, Fuerimus, Fueritis, Fuerint.	Fuisse, avoir été, qu'il a, ou qu'il avait été.	(Manque en latin.) Ayant été.	
Plusqueparfait.	S. Fueram, j'avais été. Fueras, Fuerat, P. Fueramus, Fueratis, Fuerant.		Fuissem, que j'eusse été, ou Fuisses, j'aurais été. Fuisset, Fuissemus, Fuissetis, Fuissent.			
Futur.	S. Ero, je serai. Eris, Erit, P. Erimus, Eritis, Erunt.			Fore (indéclinable), ou Futurum, ram esse (déclin.) devoir être.	Futurus, ra, rum, devant être.	
Futur passé.	S. Fuero, j'aurai été. Fueris, Fuerit, P. Fuerimus, Fueritis, Fuerint.			Futurum, ram fuisse (déclin.) avoir dû être.		

3

SUITE DES REMARQUES SUR LES VERBES.

TEMPS.

4° Les différentes formes du verbe qui indiquent que la chose se fait, s'est faite ou se fera, s'appellent *temps*.

5° Il y a trois temps principaux : le *présent*, le *parfait* et le *futur*.

Le *présent* marque que la chose *est* ou se fait actuellement, comme : je *lis*.

Le *parfait* ou *passé* marque que la chose a été, ou a été faite, comme j'*ai lu*.

Le *futur* marque que la chose sera ou se fera, comme : je *lirai*.

Le parfait est subdivisé en trois temps, qui sont : l'*imparfait*, le *parfait* et le *plusqueparfait*.

Le futur est aussi subdivisé en deux temps, le *futur absolu* et le *futur passé.*

Note. Le passé défini, le passé indéfini et le passé antérieur du français se traduisent en latin par le parfait.

NOMBRES.

6° Il y a deux nombres dans les verbes comme dans les noms ; le *singulier* quand il s'agit d'un seul, comme : j'aime, tu lis, l'élève étudie ; le *pluriel*, quand il s'agit de plusieurs, comme : nous aimons, vous lisez, les élèves étudient.

PERSONNES.

7° Chaque nombre a trois désinences qui indiquent que le sujet est de la première, ou de la seconde, ou de la troisième personne. (*Voyez remarques des pronoms, n° 2.*)

DE LA CONJUGAISON.

Il y a en latin quatre conjugaisons que l'on distingue entre elles par la terminaison du présent de l'infinitif, et par celle de la seconde personne du singulier du présent de l'indicatif.

La première conjugaison a le présent de l'infinitif en *are*, et la deuxième personne du présent de l'indicatif en *as.*

La 2° en *ere*, et *es*,

La 3° en *ere*, et *is*,

La 4° en *ire*, et *is.*

Réciter de suite les différens modes d'un verbe, avec leurs temps ; leurs nombres et leurs personnes, cela s'appelle *conjuguer.*

SIXIÈME TABLEAU.

Iʳᵉ CONJUGAISON. *De la conjugaison des Verbes actifs.* AMO.

	INDICATIF.	IMPERATIF.	SUBJONCTIF.	INFINITIF.	PARTICIPES.	CONJUGUÉS SUR *AMO* :
Présent.	S. Amo, j'aime. Amas, tu aimes. Amat, il aime. P. Amamus, nous aimons. Amatis, vous aimez. Amant, ils aiment.	Point de 1ʳᵉ personne. Ama, ou amato, aime. Amato, qu'il aime. Amemus, aimons. Amate, ou amatote, aimez. Amanto, qu'ils aiment.	Amem, que j'aime, Ames, que tu aimes. Amet, qu'il aime. Amemus, que nous aimions. Ametis, que vous aimiez. Ament, qu'ils aiment.	Amare, aimer.	Amans, aimant. G. Amantis.	*Prés. Parf. Supin. Inf.* Aro, avi, atum, are, labourer. Cœlo, avi, atum, are, graver. Creo, avi, atum, are, créer. Curo, avi, atum, are, avoir soin. Dico, avi, atum, are, dédier. Foro, avi, atum, are, percer. Gusto, avi, atum, are, goûter. Habito, avi, atum, are, habiter. Lego, avi, atum, are, envoyer. Ligo, avi, atum, are, lier. Muto, avi, atum, are, changer. Narro, avi, atum, are, raconter. Oro, avi, atum, are, prier. Opto, avi, atum, are, souhaiter. Porto, avi, atum, are, porter. Rogo, avi, atum, are, demander. Spero, avi, atum, are, espérer. Voco, avi, atum, are, appeler.
Imparfait.	S. Amabam, j'aimais. Amabas, Amabat, P. Amabamus, Amabatis, Amabant.		Amarem, que j'aimasse, ou Amares, j'aimerais. Amaret, Amaremus, Amaretis, Amarent.			
Parfait.	S. Amavi, j'ai aimé, ou Amavisti, j'aimai, ou Amavit, j'eus aimé. P. Amavimus, Amavistis, Amaverunt, ou vére.		Amaverim, que j'aie aimé. Amaveris, Amaverit, Amaverimus, Amaveritis, Amaverint.	Amavisse, avoir aimé.		Do, das, dedi, datum, dare, donner. Domo, as, ui, itum, are, dompter. Veto, as, ui, itum, are, défendre. Seco, as, ui, tum, are, couper. Cubo, as, ui, itum, are, se coucher. Sto, stas, stéti, statum, stare, être de bout. Circumsto, cti, itum, are, se tenir autour. Adsto, stiti, stitum, stare, se tenir auprès. Consto, stiti, stitum, ou statum, are, être. Disto, stiti, ... are, être éloigné.
Plusqueparfait.	S. Amaveram, j'avais aimé. Amaveras, Amaverat, P. Amaveramus, Amaveratis, Amaverant.		Amavissem, que j'eusse aimé, Amavisses, ou j'aurais aimé. Amavisset, Amavissemus, Amavissetis, Amavissent.			
Futur.	S. Amabo, j'aimerai. Amabis, Amabit, P. Amabimus, Amabitis, Amabunt.			Amaturum, ram esse, devoir aimer. **SUPIN.** Amatum, à ou pour aimer.	Amaturus, a, um, devant aimer.	*Note.* Le *Supin* et les *Gérondifs* appartiennent à l'Infinitif; on les a placés dans la colonne des participes pour la commodité du tableau.
Futur passé.	S. Amavero, j'aurai aimé. Amaveris, Amaverit, P. Amaverimus, Amaveritis, Amaverint.			Amaturum, ram fuisse, avoir dû aimer. **GÉRONDIFS.** Amandi, d'aimer. Amando, en aimant. Amandum, à ou pour aimer.		

Deuxième conjugaison. MONEO.

	INDICATIF.	IMPÉRATIF.	SUBJONCTIF.	INFINITIF.	PARTICIPES.	Conjugués sur *MONEO.*
Présent.	S. Moneo, j'avertis. Mones, tu avertis. Monet, il avertit. P. Monemus, n. avertissons. Monetis, vous avertissez Monent, ils avertissent.	Point de 1re personne. Mone, ou Moneto, avertis. Moneto, qu'il avertisse. Moneamus, avertissons. Monete, ou Monetote, avertissez. Monento, qu'ils avertissent.	Moneam, que j'avertisse. Moneas, que tu avertisses. Moneat, qu'il avertisse. Moneamus, q. n. avertissions. Moneatis, que vous avertissiez Moneant, qu'ils avertissent.	Monere, avertir.	Monens, avertissant. G. Monentis.	*Prés. Parf. Supin. Infi.* Arceo, cui, itum, ere, écarter. Debeo, ui, itum, ere, devoir. Habeo, ui, itum, ere, avoir. Præbeo, ui, itum, ere, fournir. Noceo, ui, itum, ere, nuire. Doleo, ui, itum, ere, être affligé. Terreo, ui, itum, ere, effrayer. Placeo, ui, itum, ere, plaire. Pareo, ui, itum, ere, obéir. Doceo, ui, tum, ere, enseigner Teneo, nui, tum, ere, tenir. Deleo, evi, etum, ere, détruire. Fleo, evi, etum, ere, pleurer. Neo, evi, etum, ere, filer. Foveo, ovi, fotum, ere, fomenter. Moveo, ovi, motum, ere, mouvoir Video, i, visum, dere, voir. Rideo, si, risum, dere, rire. Suadeo, si, suasum, dere, conseiller. Jubeo, jussi, jussum, bere, ordonner. Possideo, possedi, possessum, idere, posséder. Mulceo, mulci, mulsum, cere, adoucir. Augeo, auxi, auctum, augere, augmenter. Sorbeo, ui, sorptum, sorbere, avaler. Horreo, ui . , . . . ere, avoir horreur Sileo, ui, ... ere, taire. Faveo, favi, fautum, favere, favoriser. Prandeo, prandi, pransum, prandere, dîner. Hæreo, hæsi, hæsum, hærere, être attaché. Studeo, ui . . . . ere, étudier. Frigeo, irixi . . . . . . ere, avoir froid. Mordeo, momordi, morsum, mordere, mordre. Spondeo, spopondi, sponsum, spondere, promettre. Tondeo, totondi, tonsum, tondere, tondre.
Imparfait.	S. Monebam, j'avertissais. Monebas, Monebat, P. Monebamus, Monebatis, Monebant.		Monerem, que j'avertisse, ou Moneres, j'avertirais. Moneret, Moneremus, Moneretis, Monerent.			
Parfait.	S. Monui, j'ai averti, ou Monuisti, j'avertis, ou Monuit, j'eus averti. P. Monuimus, Monuistis, Monuerunt, ou Monuère.		Monuerim, que j'aie averti. Monueris, Monuerit, Monuerimus, Monueritis, Monuerint.	Monuisse, avoir averti.		
Plusqueparfait.	S. Monueram, j'avais averti. Monueras, Monuerat, P. Monueramus, Monueratis, Monuerant.		Monuissem, que j'eusse averti, ou j'aurais averti. Monuisses, Monuisset, Monuissemus, Monuissetis, Monuissent.			
Futur.	S. Monebo, j'avertirai. Monebis, Monebit, P. Monebimus, Monebitis, Monebunt.			Moniturum, ram esse, devoir avertir.	Moniturus, a, um, devant avertir. **SUPIN.** Monitum, à avertir, ou pour avertir.	
Futur passé.	S. Monuero, j'aurai averti. Monueris, Monuerit, P. Monuerimus, Monueritis, Monuerint.			Moniturum, ram fuisse, avoir dû avertir.	**CÉRONDIFS.** Monendi, d'avertir. Monendo, en avertissant. Monendum, à avertir, ou pour avertir.	

Troisième conjugaison. LEGO.

	INDICATIF.	IMPÉRATIF.	SUBJONCTIF.	INFINITIF.	PARTICIPES.
Présent.	S. Lego, je lis. / Legis, tu lis. / Legit, il lit. / P. Legimus, nous lisons. / Legitis, vous lisez. / Legunt, ils lisent.	Point de première personne. / Lege ou legito, lis. / Legito, qu'il lise. / Legamus, lisons. / Legite ou legitote, lisez. / Legunto, qu'ils lisent.	Legam, que je lise. / Legas, que tu lises. / Legat, qu'il lise. / Legamus, que nous lisions. / Legatis, que vous lisiez. / Legant, qu'ils lisent.	Legere, lire.	Legens, lisant. / G. Legentis.
Imparfait.	S. Legebam, je lisais. / Legebas, tu lisais. / Legebat, il lisait. / P. Legebamus, nous lisions. / Legebatis, vous lisiez. / Legebant, ils lisaient.		Legerem, que je lusse. / Legeres, que tu lusses. / Legeret, qu'il lût. / Legeremus, que n. lussions. / Legeretis, que v. lussiez. / Legerent qu'ils lussent *ou je lirais.*		
Parfait.	S. Legi, j'ai lu, ou je lus, ou / Legisti, j'eus lu. / Legit, / P. Legimus, / Legistis, / Legerunt ou legère.		Legerim, que j'aie lu. / Legeris, / Legerit, / Legerimus, / Legeritis, / Legerint.	Legisse, avoir lu.	
Plusqueparfait.	S. Legeram, j'avais lu. / Legeras, / Legerat, / P. Legeramus, / Legeratis, / Legerant.		Legissem, que j'eusse lu, ou / Legisses, j'aurais lu. / Legisset, / Legissemus, / Legissetis, / Legissent.		
Futur.	S. Legam, je lirai. / Leges, tu liras. / Leget, il lira. / P. Legemus, nous lirons. / Legetis, vous lirez. / Legent, ils liront.			Lecturum, ram esse, devoir lire.	Lecturus, a, um, devant lire. **SUPIN.** Lectum, à ou pour lire.
Futur passé.	S. Legero, j'aurai lu. / Legeris, / Legerit, / P. Legerimus, / Legeritis, / Legerint.			Lecturum, ram fuisse, avoir dû lire.	**GÉRONDIFS.** Legendi, de lire. / Legendo, en lisant. / Legendum, à ou pour lire.

CONJUGUEZ SUR *LEGO* :

Prés. Parf. Supin. Inf.

Alo, ai, itum, ere, nourrir.
Bibo, i, itum, ere, boire.
Cupio, ivi, itum, ere, désirer.
Ico, i, tum, ere, frapper.
Rapio, ui, tum, ere, enlever.
Emo, i, emptum, ere, acheter.
Cerno, crevi, cretum, cernere, voir.
Sperno, sprevi, spretum, sperner, mépriser.
Solvo, i, solutum, ere, délier.
Credo, credidi, creditum, credere, croire.
Vendo, vendidi, venditum, vendere, vendre,
Perdo, perdidi, perditum, perdere, perdre.
Pono, posui, positum, ponere, poser.
Sero, sevi, satum, serere, semer.
Nosco, novi, notum, noscere, connaître.
Colo, colui, cultum, colere, cultiver.
Vinco, vici, victum, vincere, vaincre.
Mitto, misi, missum, mittere, envoyer.
Figo, fixi, fixum, figere, fixer.
Cano, cecini, cantum, canere, chanter.
Disco, didici, discitum, discere, apprendre.
Cado, cecidi, casum, cadere, tomber.
Curro, cucurri, cursum, currere, courir.
Parco, peperci, parcitum, parcere, épargner.
Posco, poposci, poscitum, poscere, demander.
Fallo, fefelli, falsum, fallere, tromper.
Pello, pepuli, pulsum, pellere, pousser.
Tango, tetigi, tactum, tangere, toucher.
Tollo, sustuli, sublatum, tollere, enlever.
Cædo, occidi, cæsum, cædere, couper.
Pendo, pependi, pensum, pendere, estimer.
Dico, dixi, dictum, dicere, dire.
Duco, duxi, ductum, ducere, conduire.
Facio, feci, factum, facere, faire.

Note. Ces trois derniers font à l'impératif : *dic, duc, fac.*

NEUVIÈME TABLEAU.

Quatrième conjugaison. Audio.

	INDICATIF.	IMPÉRATIF.	SUBJONCTIF.	INFINITIF.	PARTICIPES.
Présent.	S. Audio, j'entends. Audis, tu entends. Audit il entend.	Point de 1re personne. Audi ou Audito, entends. Audito, qu'il entende.	Audiam, que j'entende. Adias, que tu entendes. Audiat, qu'il entende.	Audire, entendre.	Audiens, entendant. G. Audientis.
	P. Audimus, n. entendons. Auditis, vous entendez. Audiunt, ils entendent.	Audiamus, entendons. Audite ou Auditote, entendez. Audiunto, qu'ils entendent.	Audiamus, q. n. entendious. Audiatis, que vous entendiez. Audiant, qu'ils entendent.		
Imparfait.	S. Audiebam, j'entendais. Audiebas. Audiebat.		Audirem, que j'entendisse, Audires, ou j'entendrais. Audiret,		
	P. Audiebamus. Audiebatis. Audiebant.		Audiremus, Audiretis, Audirent.		
Parfait.	S. Audivi, j'ai entendu, ou Audivisti, j'entendis, ou Audivit, j'eus entendu.		Audiverim, q. j'aie entendu. Audiveris, Audiverit,	Audivisse, avoir entendu.	
	P. Audivimus, Audivistis, Audiverunt ou audivère.		Audiverimus, Audiveritis, Audiverint.		
Plusqueparfait.	S. Audiveram, j'avais en- Audiveras, tendu. Audiverat,		Audivissem, que j'eusse en- Audivisses, tendu, ou j'au- Audivisset, rais entendu.		
	P. Audiveramus, Audiveratis, Audiverant.		Audivissemus, Audivissetis, Audivissent.		
Futur.	S. Audiam, j'entendrai. Audies, Audiet,			Auditurum, ram esse, devoir entendre.	Auditurus, a, um, de- vant entendre. **SUPIN.** Auditum, à ou pour entendre.
	P. Audiemus, Audietis, Audient.				
Futur passé.	S. Audivero, j'aurai entendu Audiveris, Audiverit,			Auditurum, ram fuisse, avoir dû entendre.	**GÉRONDIFS.** Audiendi, d'entendre. Audiendo, en entendant. Audiendum, à ou pour entendre.
	P. Audiverimus, Audiveritis, Audiverint.				

Conjuguez sur *AUDIO* :

Prés.	Parf.	Supin.	Infi.	
Finio,	ivi,	itum,	ire,	finir.
Lenio,	ivi,	itum,	ire,	adoucir.
Linio,	ivi,	itum,	ire,	frotter.
Munio,	ivi,	itum,	ire,	munir.
Nutrio,	ivi,	itum,	ire,	nourrir.
Scio,	ivi,	itum,	ire,	savoir.
Garrio,	ivi,	itum,	ire,	bavarder.
Obedio,	ivi,	itum,	ire,	obéir.
Sepelio,	ivi,	sepultum,	ire,	ensevelir.
Aperio,	ui,	tum,	ire,	ouvrir.
Sentio,	sensi,	sensum,	ire,	sentir.
Sepio,	sepsi,	septum,	ire,	clore.
Vincio,	vinxi,	vinctum,	ire,	lier.
Venio,	ivi,	venum,	ire,	être vendu.
Venio,	i,	ventum,	ire,	venir.

Remarque. Les verbes neutres se conjuguent comme les verbes actifs, mais ils n'ont point de passif.

DIXIÈME TABLEAU.

Des terminaisons des Verbes actifs.

1re CONJUGAISON.

	Indicat.	Impérat.	Subjon.	Infin.	Part.
Présent.	o as at amus atis ant.	— a ato ato amus ate, atote anto.	em es et emus etis ent.	are.	ans.
Imparfait.	abam abas abat abamus abatis abant.		arem ares aret aremus aretis arent.		
Parfait.	i isti it imus istis erunt ou ère.		erim eris erit erimus eritis erint.	isse	
Plusqueparfait.	eram eras erat eramus eratis erant.		issem isses isset issemus issetis issent.		
Futur.	abo abis abit abimus abitis abunt.		turum esse	turus, a, um. Supin. tum.	
Futur passé.	ero eris erit erimus eritis erint.			turum fuisse	Géron. andi ando andum

2e CONJUGAISON.

	Indicat.	Impérat.	Subjon.	Infin.	Part.
Présent.	eo es et emus etis ent.	— e, eto eto eamus ete, etote eunto.	eam eas eat eamus eatis eant.	ere.	ens.
Imparfait.	ebam ebas ebat ebamus ebatis ebant.		erem eres eret eremus eretis erent.		
Parfait.	i isti it imus istis erunt ou ère.		erim eris erit erimus eritis erint.	isse	
Plusqueparfait.	eram eras erat eramus eratis erant.		issem isses isset issemus issetis issent.		
Futur.	ebo ebis ebit ebimus ebitis ebunt.		turum esse	turus, a, um. Supin. tum.	
Futur passé.	ero eris erit erimus eritis erint.			turum fuisse	Géron. endi endo endum

3e CONJUGAISON.

	Indicat.	Impérat.	Subjon.	Infin.	Part.
Présent.	o is it imus itis unt.	— e, ito ito amus ite, itote unto.	am as at amus atis ant.	ere.	ens.
Imparfait.	ebam ebas ebat ebamus ebatis ebant.		erem eres eret eremus eretis erent.		
Parfait.	i isti it imus istis erunt ou ère.		erim eris erit erimus eritis erint.	isse.	
Plusqueparfait.	eram eras erat eramus eratis erant.		issem isses isset issemus issetis issent.		
Futur.	am es et emus etis ent.			turum esse Supin. tum.	turus, a, um.
Futur passé.	ero eris erit erimus eritis erint.			turum fuisse.	Géron. endi endo endum

4e CONJUGAISON.

	Indicat.	Impérat.	Subjon.	Infin.	Part.
Présent.	io is it imus itis iunt.	— i, ito ito iamus ite, itote iunto.	iam ias iat iamus iatis iant.	ire.	iens.
Imparfait.	iebam iebas iebat iebamus iebatis iebant.		irem ires iret iremus iretis irent.		
Parfait.	i isti it imus istis erunt ou ère.		erim eris erit erimus eritis erint.	isse	
Plusqueparfait.	eram eras erat eramus eratis erant.		issem isses isset issemus issetis issent.		
Futur.	iam ies iet iemus ietis ient.			turum esse Supin. tum.	turus, a, um.
Futur passé.	ero eris erit erimus eritis erint.			turum fuisse.	Géron. iendi iendo iendum

OBSERVATIONS.

1° Les principales terminaisons du parfait sont : *avi, ui, si, xi, ivi, i.* Nous n'avons donné ici que la terminaison simple en *i* sans l'accompagner des lettres qui la précèdent et qui ne souffrent point de modification. Nous avons fait de même dans les temps dérivés du parfait.

2° Le supin de plusieurs verbes est terminé en *sum* ou *xum*, et par conséquent le futur et le futur passé de l'infinitif et le participe futur qui tous sont formés du supin, sont terminés en *surum* ou *xurum*.

DE LA SYNCOPE.

Si dans la formation du parfait et des temps qui en sont formés, se trouve la lettre *v*, comme : *avi, ivi, averam,* etc., on peut retrancher *ve* ou *vi*, et pour la troisième et quatrième conjugaison le *v* seulement ; exemple : *amdsti* pour *amavisti* ; *amdssem* pour *amavissem* ; *audieram* pour *audiveram* ; *audiisse* pour *audivisse.* Ce retranchement s'appelle *syncope.*

ONZIÈME TABLEAU.

De la formation des Temps des Verbes actifs.

		1ʳᵉ CONJUGAISON.		2ᵉ CONJUGAISON.		3ᵉ CONJUGAISON.	4ᵉ CONJUGAISON.	
Du Présent de l'Indicatif se forment :							La formation	*Remarque.* On voit ci-contre qu'il y a en latin quatre *temps primitifs* (c'est-à-dire qui servent à former les autres) ; ce sont : le *Présent de l'Indicatif* ; le *Parfait de l'Indicatif* ; le *Présent de l'Infinitif* et le *Supin*.
1° L'Imparfait de l'Indicatif, en changeant	o	en abam,	o	en bam,	o	en ebam.	des temps pour la	
2° Le Futur de l'Indicatif, en changeant. .	o	en abo,	o	en bo,	o	en am.	4ᵉ conjug. est en	
3° Le Présent du Subjonctif, en changeant	o	en em,	o	en am,	o	en am.	tout conforme à	
4° Le Participe présent, en changeant. . .	o	en ans,	eo	en ens,	o	en ens.	celle de la 3ᵉ.	
5° Le Gérondif, en changeant.	o	en andi, ando, andum.	eo	en endi, endo, endum.	o	en endi, endo, endum.		
Du Parfait de l'Indicatif se forment :								*Note.* Les temps qui sont formés de ces temps primitifs, s'appellent *temps dérivés.*
1° Le Plusqueparfait de l'Indicatif, en changeant.	i	en eram.						
2° Le Futur passé, en changeant.	i	en ero.		Pour toutes les quatre conjugaisons.				
3° Le Parfait du Subjonctif, en changeant	i	en erim.						
4° Le Plusqueparfait du Subjonctif, en changeant.	i	en issem.						
5° Le Parfait de l'Infinitif, en changeant . .	i	en isse.						
Du Présent de l'Infinitif se forment :		Inf. Imp.		Inf. Imp.		Inf. Imp.	Inf. Imp.	
1° Le Présent de l'Impératif, en retranchant *re.* Exemples.		Amare, Ama.		Monere, Mone.		Legere, Lege.	Audire, Audi.	
2° L'Imparfait du Subjonctif, en ajoutant *m.* Exemples.		Amarem.		Monerem.		Legerem.	Audirem.	
Du Supin se forment :								
1° Les Futurs de l'Infinitif, en changeant	um	en urum, uram.		Pour les quatre conjugaisons.				
2° Le Participe futur, en changeant. . . .	um	en urus, a, um.						

DOUZIÈME TABLEAU.

Ire Conjugaison. *De la conjugaison des Verbes passifs.* **Amor.**

	INDICATIF.	IMPÉRATIF.	SUBJONCTIF.	INFINITIF.	PARTICIPES.
Présent.	S. Amor, je suis aimé. Amaris, are, Amatur, P. Amamur, Amamini, Amantur.	Point de 1re personne. Amare, ator, sois aimé. Amator, Amemur, Amamini, Amantor.	Amer, que je sois aimé. Ameris, ere, Ametur, Amemur, Amemini, Amentur.	Amari, être aimé.	
Imparfait.	S. Amabar, j'étais aimé. Amabaris, are, Amabatur, P. Amabamur, Amabamini, Amabantur.		Amarer, que je fusse, ou je serais aimé. Amareris, rere, Amaretur, Amaremur, Amaremini, Amarentur.		
Parfait.	S. Amatus sum ou fui, Amatus es ou fuisti, Amatus est ou fuit. P. Amati sumus ou fuimus, Amati estis ou fuistis, Amati sunt ou fuerunt. J'ai été, ou je fus aimé, ou j'eus été aimé.		Amatus sim ou fuerim, Amatus sis ou fueris, Amatus sit ou fuerit, Amati simus ou fuerimus, Amati sitis ou fueritis, Amati sint ou fuerint. Que j'aie été aimé, etc.	Amatum, tam esse ou fuisse, avoir été aimé.	Amatus, a, um, aimé, ayant été aimé.
Plusqueparfait.	S. Amatus eram ou fueram, Amatus eras ou fueras, Amatus erat ou fuerat, P. Amati eramus ou fueramus, Amati eratis ou fueratis, Amati erant ou fuerant. J'avais été aimé, etc.		Amatus essem ou fuissem, Amatus esses ou fuisses, Amatus esset ou fuisset, Amati essemus ou fuissemus, Amati essetis ou fuissetis, Amati essent ou fuissent. Que j'eusse, ou j'aurais été aimé.		
Futur.	S. Amabor, je serai aimé. Amaberis, bere, Amabitur, P. Amabimur, Amabimini, Amabuntur.			Amatum, iri, (indécl.) ou Amandum, am esse, devoir être aimé.	Amandus, a, um, devant être aimé.
Futur passé.	S. Amatus ero ou fuero, Amatus eris ou fueris, Amatus erit ou fuerit, P. Amati erimus ou fuerimus, Amati eritis ou fueritis, Amati erunt ou fuerint. J'aurai été aimé, etc.			Amandum, am fuisse, avoir dû être aimé.	SUPIN. Amatu, à être aimé.

5

TREIZIÈME TABLEAU.

Deuxième conjugaison passive. MONEOR.

	INDICATIF.	IMPERATIF.	SUBJONCTIF.	INFINITIF.	PARTICIPES.
Présent.	S. Moneor, je suis averti. Moneris, ere, Monetur, P. Monemur, Monemini, Monentur.	Point de 1re personne. Monere, etor, sois averti. Monetor, Moneamur, Monemini, Monentor.	Monear, que je sois averti. Monearis, eare, Moneatur, Moneamur, Moneamini, Moneantur.	Moneri, être averti.	
Imparfait.	S. Monebar, j'étais averti. Monebaris, ebare, Monebatur, P. Monebamur, Monebamini, Monebantur.		Monerer, que je fusse, ou je serais averti Monereris, erere, Moneretur, Moneremur, Moneremini, Monerentur.		
Parfait.	S. Monitus sum ou fui, Monitus es ou fuisti, Monitus est ou fuit, P. Moniti sumus ou fuimus, Moniti estis ou fuistis, Moniti sunt ou fuerunt. J'ai été, ou j'eus été averti, etc.		Monitus sim ou fuerim, Monitus sis ou fueris, Monitus sit ou fuerit, Moniti simus ou fuerimus, Moniti sitis ou fueritis, Moniti sint ou fuerint. Que j'aie été averti, etc.	Monitum, tam esse ou fuisse, avoir été averti.	Monitus, a, um, averti, ayant été averti.
Plusqueparfait.	S. Monitus eram ou fueram, Monitus eras ou fueras, Monitus erat ou fuerat, P. Moniti eramus ou fueramus, Moniti eratis ou fueratis, Moniti erant ou fuerant. J'avais été averti, etc.		Monitus essem ou fuissem, Monitus esses ou fuisses, Monitus esset ou fuisset, Moniti essemus ou fuissemus, Moniti essetis ou fuissetis, Moniti essent ou fuissent. Que j'eusse été, ou j'aurais été averti.		
Futur.	S. Monebor, je serai averti, Moneberis, ebere, Monebitur, P. Monebimur, Monebimini, Monebuntur.			Monitum iri (indécl.), ou Monendum, am esse, devoir être averti.	Monendus, a, um, devant être averti.
Futur passé.	S. Monitus ero ou fuero, Monitus eris ou fueris, Monitus erit ou fuerit, P. Moniti erimus ou fuerimus, Moniti eritis ou fueritis, Moniti erunt ou fuerint. J'aurai été averti, etc.			Monendum, am fuisse, avoir dû être averti.	SUPIN: Monitu, à être averti.

QUATORZIÈME TABLEAU.

Troisième conjugaison passive. LEGOR.

	INDICATIF.	IMPÉRATIF.	SUBJONCTIF.	INFINITIF.	PARTICIPES.
Présent.	S. Legor, je suis lu. Legeris, ere, Legitur, P. Legimur, Legimini, Leguntur.	Point de 1re personne. Legere, itor, sois lu. Legitor, Legamur, Legimini, Leguntor.	Legar, que je sois lu. Legaris, are, Legatur, Legamur, Legamini, Legantur.	Legi, être lu.	
Imparfait.	S. Legebar, j'etais lu. Legebaris, ebare, Legebatur, P. Legebamur, Legebamini, Legebantur.		Legerer, que je fusse lu, ou je serais lu. Legereris, erere, Legeretur, Legeremur, Legeremini, Legerentur.		
Parfait.	S. Lectus sum ou fui, Lectus es ou fuisti, Lectus est ou fuit, P. Lecti sumus ou fuimus, Lecti estis ou fuistis, Lecti sunt ou fuerunt. J'ai été, ou je fus lu, ou j'eus été lu.		Lectus sim ou fuerim, Lectus sis ou fueris, Lectus sit ou fuerit, Lecti simus ou fuerimus, Lecti sitis ou fueritis, Lecti sint ou fuerint. Que j'aie été lu, etc.	Lectum, am esse ou fuisse, avoir été lu.	Lectus, a, um, lu, ayant été lu.
Plusqueparfait.	S. Lectus eram ou fueram, Lectus eras ou fueras, Lectus erat ou fuerat, P. Lecti eramus ou fueramus, Lecti eratis ou fueratis, Lecti erant ou fuerant. J'avais été lu, etc.		Lectus essem ou fuissem, Lectus esses ou fuisses, Lectus esset ou fuisset, Lecti essemus ou fuissemus, Lecti essetis ou fuissetis, Lecti essent ou fuissent. Que j'eusse été, ou j'aurais été lu.		
Futur.	S. Legar, je serai lu, etc. Legeris, ere, Legetur, P. Legemur, Legemini, Legentur.			Lectum, iri, (indécl.), ou Legendum, am esse, devoir être lu.	Legendus, a, um, devant être lu.
Futur passé.	S. Lectus ero ou fuero, Lectus eris ou fueris, Lectus erit ou fuerit, P. Lecti erimus ou fuerimus, Lecti eritis ou fueritis, Lecti erunt ou fuerint. J'aurai été lu, etc.			Legendum, am fuisse, avoir dû être lu.	SUPIN. Lectu, à être lu.

QUINZIÈME TABLEAU.

Quatrième conjugaison passive. AUDIOR.

		INDICATIF.	IMPÉRATIF.	SUBJONCTIF.	INFINITIF.	PARTICIPES.
Présent.		S. Audior, je suis entendu. Audiris, ire, Auditur, P. Audimur, Audimini, Audiuntur.	Point de 1re personne. Audire, itor, sois entendu. Auditor, Audiamur, Audimini, Audiuntor.	Audiar, que je sois entendu. Audiaris, iare, Andiatur, Audiamur, Audiamini, Audiantur.	Audiri, être entendu.	
Imparfait.		S. Audiebar, j'étais entendu. Audiebaris, iebare, Audiebatur, P. Audiebamur, Audiebamini, Audiebantur.		Audirer, Audireris, irere, Audiretur, Audiremur, Andiremini, Audirentur. Q. je fusse entendu, ou je serais entend.		
Parfait.		S. Auditus sum ou fui, Auditus es ou fuisti, Auditus est ou fuit, P. Auditi sumus ou fuimus, Auditi estis ou fuistis, Auditi sunt ou fuerunt. J'ai été, ou je fus entendu, etc.		Auditus sim ou fuerim, Auditus sis ou fueris, Auditus sit ou fuerit, Auditi simus ou fuerimus, Auditi sitis ou fueritis, Auditi sint ou fuerint. Que j'aie été entendu, etc.	Auditum, am esse ou fuisse, avoir été entendu.	Auditus, a, um, entendu, ayant été entendu.
Plusqueparfait.		S. Auditus eram ou fueram, Auditus eras ou fueras, Auditus erat ou fuerat, P. Auditi eramus ou fueramus, Auditi eratis ou fueratis, Auditi erant ou fuerant. J'avais été entendu, etc.		Auditus essem ou fuissem, Auditus esses ou fuisses, Auditus esset ou fuisset, Auditi essemus ou fuissemus, Auditi essetis ou fuissetis, Auditi essent ou fuissent. Que j'eusse été, ou j'aurais été entendu.		
Futur.		S. Audiar, je serai entendu. Audieris, iere, Audietur, P. Audiemur, Audiemini, Audientur.			Auditum, iri (indécl.), ou Audiendum, am esse, devoir être entendu.	Audiendus, a, um, devant être entendu.
Futur passé.		S. Auditus ero ou fuero, Auditus eris ou fueris, Auditus erit ou fuerit, P. Auditi erimus ou fuerimus, Auditi eritis ou fueritis, Auditi erunt ou fuerint. J'aurai été entendu, etc.			Audiendum, am fuisse, avoir dû être entendu.	**SUPIN.** Auditu, à être entendu.

SEIZIÈME TABLEAU.

Iʳᵉ CONJUGAISON. *Conjugaison des Verbes déponens.*

	INDICATIF.	IMPÉRATIF.	SUBJONCTIF.	INFINITIF.	PARTICIPES.
Présent.	Imitor, aris, etc., j'imite, etc.	Imitare, ator, imite, etc.	Imiter, eris, etc., que j'imite, etc.	Imitari, imiter.	Imitans, antis, imitant.
Imparfait.	Imitabar, abaris, etc., j'imitais, etc.		Imitarer, areris, etc., que j'imitasse, ou j'imiterais, etc.		**PARTICIPE PASSÉ.** Imitatus, a, um, ayant imité.
Parfait.	Imitatus sum ou fui, etc., j'ai imité, ou j'imitai, ou j'eus imité.		Imitatus sim ou fuerim, etc., que j'aie imité, etc.	Imitatum, am esse ou fuisse, avoir imité.	**PARTICIPE FUTUR ACTIF.** Imitaturus, ra, rum, devant imiter.
Plusque.	Imitatus eram ou fueram, etc., j'avais imité, etc.		Imitatus essem ou fuissem, etc., que j'eusse, ou j'aurais imité, etc.		**PARTICIPE FUTUR PASSIF.** Imitandus, a, um, devant être imité.
Futur.	Imitabor, beris, etc., j'imiterai, etc.			Imitaturum, ram esse, devoir imiter.	**GÉRONDIFS.** Imitandi, ando, andum, d'imiter, en imitant, pour imiter.
Futur pas.	Imitatus ero ou fuero, etc., j'aurai imité, etc.			Imitaturum, ram fuisse, avoir dû imiter.	**SUPINS.** Imitatum, à imiter. Imitatu, à être imité.

SECONDE CONJUGAISON.

	INDICATIF.	IMPÉRATIF.	SUBJONCTIF.	INFINITIF.	PARTICIPES.
Présent.	Polliceor, eris, etc., je promets, etc.	Pollicere, etor, promets.	Pollicear, caris, etc., que je promette, etc.	Polliceri, promettre.	Pollicens, entis, promettant.
Imparfait.	Pollicebar, ebaris, etc., je promettais, etc.		Pollicerer, creris, etc., que je promisse, ou je promettrais, etc.		**PALTICIPE PASSÉ.** Pollicitus, a, um, ayant promis.
Parfait.	Pollicitus sum ou fui, etc., j'ai promis, ou je promis, ou j'eus promis.		Pollicitus sim ou fuerim, etc., que j'aie promis, etc.	Pollicitum, am esse ou fuisse, avoir promis.	**PARTICIPE FUTUR ACTIF.** Polliciturus, ra, rum, devant promettre.
Plusque.	Pollicitus eram ou fueram, etc., j'avais promis, etc.		Pollicitus essem ou fuissem, etc., que j'eusse, ou j'aurais promis, etc.		**PARTICIPE FUTUR PASSIF.** Pollicendus, a, um, devant être promis.
Futur.	Pollicebor, eberis, etc., je promettrai, etc.			Polliciturum, ram esse, devoir promettre.	**GÉRONDIFS.** Pollicendi, endo, endum, de promettre, en promettant, à ou pour promettre.
Futur pas.	Pollicitus ero ou fuero, etc., j'aurai promis, etc.			Polliciturum, ram fuisse, avoir dû promettre.	**SUPINS.** Pollicitum, à promettre. Pollicitu, à être promis.

Note. Les verbes déponens se conjuguent absolument comme les verbes passifs. C'est par cette raison que nous ne donnons ici que les premières personnes de chaque temps.

DIX-SEPTIÈME TABLEAU.

Troisième conjugaison. Suite des Verbes déponens.

	INDICATIF.	IMPÉRATIF.	SUBJONCTIF.	INFINITIF.	PARTICIPES.
Présent.	Utor, eris, etc., je me sers, etc.	Utere, itor, sers—toi.	Utar, aris, etc., que je me serve, etc.	Uti, se servir.	Utens, entis, se servant.
Imparfait.	Utebar, aris, etc., je me servais, etc.		Uterer, ereris, etc., que je me servisse, ou je me servirais, etc.		PARTICIPE PASSÉ. Usus, a, um, s'étant servi.
Parfait.	Usus sum ou fui, etc., je me suis servi, ou je me servis, ou je me fus servi.		Usus sim ou fuerim, etc., que je me sois servi, etc.	Usum, am esse ou fuisse, s'être servi.	PARTICIPE FUTUR ACTIF. Usurus, a, um, devant se servir.
Plusque.	Usus eram ou fueram, etc., je m'étais servi, etc.		Usus essem ou fuissem, etc., que je me fusse servi, ou je me serais servi, etc.		PARTICIPE FUTUR PASSIF. Utendus, a, um, dont on doit se servir.
Futur.	Utar, eris, etc., je me servirai, etc.			Usurum, ram esse, devoir se servir.	GÉRONDIFS. Utendi, endo, endum, de se servir, en se servant, à ou pour se servir.
Futur pas.	Usus ero ou fuero, je me serai servi, etc.			Usurum, ram fuisse, avoir dû se servir.	SUPINS. Usum, à se servir. Usu, à être employé.

QUATRIÈME CONJUGAISON.

	INDICATIF.	IMPÉRATIF.	SUBJONCTIF.	INFINITIF.	PARTICIPES.
Présent.	Largior, iris, etc., je donne, etc.	Largire, itor, donne.	Largiar, iaris, etc., que je donne, etc.	Largiri, donner.	Largiens, ientis, donnant.
Imparfait.	Largiebar, iebaris, etc., je donnais, etc.		Largirer, ireris, etc., que je donnasse, ou je donnerais, etc.		PARTICIPE PASSÉ. Largitus, a, um, ayant donné.
Parfait.	Largitus sum ou fui, etc., j'ai donné, ou je donnai, ou j'eus donné.		Largitus sim ou fuerim, etc., que j'aie donné, etc.	Largitum, am esse ou fuisse, avoir donné.	PARTICIPE FUTUR ACTIF. Largiturus, a, um, devant donner.
Plusque.	Largitus eram ou fueram, etc., j'avais donné, etc.		Largitus essem ou fuissem, etc., que j'eusse donné, ou j'aurais donné, etc.		PARTICIPE FUTUR PASSIF. Largiendus, a, um, devant être donné.
Futur.	Largiar, ieris, etc., je donnerai, etc.			Largiturum, ram esse, devoir donner.	GÉRONDIFS. Largiendi, iendo, iendum, de donner, en donnant, à ou pour donner.
Futur pas.	Largitus ero ou fuero, etc., j'aurai donné, etc.			Largiturum, ram fuisse, avoir dû donner.	SUPINS. Largitum, à donner. Largitu, à être donné.

DIX-HUITIÈME TABLEAU.

Des terminaisons des Verbes passifs et déponens.

1re CONJUGAISON. 2e CONJUGAISON. 3e CONJUGAISON. 4e CONJUGAISON.

	Indic.	Impé.	Subjon.	Infin.	Part.	Indic.	Impé.	Subjon.	Infin.	Part.	Indic.	Impé.	Subjon.	Infin.	Part.	Indic.	Impé.	Subjon.	infin.	Part.
Présent	or aris, are atur amur amini antur.	are, ator ator amur amini antor.	er eris, ere etur emur emini entur.	ari.		eor eris, ere etur emur emini entur.	ere, etor etor eamur emini entor.	ear earis, eare eatur eamur eamini eantur.	eri.		or eris, ere itur imur imini untur.	ere, itor itor amur amini untor.	ar aris, are atur amur amini antur.	i.		ior iris itur imur imini iuntur.	ire, itor itor iamur iamini iuntor	iar iaris iatur iamur iamini iantur,	iri.	
Imparfait	abar abaris, are abatur abamur abamini abantur		arer areris, ere aretur aremur aremini arentur.	atum, atam esse ou fuisse.		ebar ebaris, are ebatur ebamur ebamini ebantur.		erer ereris, ere eretur eremur eremini erentur.	um, am esse ou fuisse.		ebar ebaris ebatur ebamur ebamini ebantur		erer ereris eretur eremur eremini erentur.	um, am esse ou fuisse.		iebar iebaris iebatur iebamur iebamini iebantur		irer ireris iretur iremur iremini irentur.	um, am esse ou fuisse.	
Parfait *	atus sum — es — est ati sumus — estis — sunt.		atus sim — sis — sit ati simus — sitis — sint.		atus, ata, atum.	us sum — es — est i sumus — estis — sunt.		us sim — sis — sit i simus — sitis — sint.		us, a, um.	us sum — es — est i sumus — estis — sunt.		us sim — sis — sit i simus — sitis — sint.		us, a, um.	us sum — es — est i sumus — estis — sunt.		us sim — sis — sit i simus — estis — sint.		us, a, um.
Plusqueparfait	atus eram — eras — erat ati eramus — eratis — erant		atus essem — esses — esset ati essemus — essetis — essent			us eram — eras — erat i eramus — eratis — erant.		us essem — esses — esset i essemus — esretis — essent			us eram — eras — erat i eramus — eratis — erant.		us essem — esses — esset i essemus — essetis — essent,			us eram — eras — erat i eramus — eratis — erant.		us essem — esses — esset i essemus — essetis — essent		
Futur	abor abaris, are abitur abimur abimini abuntur		atum iri ou andum andam esse.		andus, anda, andum	ebor eberis, ere ebitur ebimur ebimini ebuntur		um iri ou endum endam esse.		endus, a, um.	ar eris etur emur emini entur.		um iri ou endum amesse		endus, a, um.	iar ieris ietur iemur iemini ientur.		um iri ou iendum dam esse		iendus, a, um.
Futur passé	atus ero — eris — erit ati erimus — eritis — erunt		andum andam fuisse.	Supin. atu.				endum endam fuisse,	Supin. u.		us ero — eris — erit i erimus — eritis — erunt		endum amfuisse.	Supin. u.		us ero — eris — erit i erimus — eritis — erunt		iendum, iendam fuisse.	Supin. u.	

* Voyez dixième Tableau, première observation.

DIX-NEUVIÈME TABLEAU.

De la formation des temps des Verbes passifs et déponens.

DES TEMPS SIMPLES.		DES TEMPS COMPOSÉS.	
Des temps simples de l'actif on forme les temps correspondans du passif.		*Les temps composés se forment du participe passé passif, en y joignant un des temps du verbe* sum.	
1° Du *présent actif* on forme...	Le présent passif, en y ajoutant *r* ; EXEMPLE : amo, amor ; moneo, moneor, etc.	1° Pour le *parfait*, on y joint..	*Sum* ou *fui*: amatus sum ou fui.
Du *présent* on forme encore..	Le participe futur passif, en changeant pour la 1re *o* en *andus* ; pour la 2e *eo* en *endus* ; pour les 3e et 4e *o* en *endus* ; EXEMPLE : amo, amandus, etc.	2° Pour le *plusqueparfait*....	*Eram* ou *fueram*: amatus eram ou fueram.
		3° Pour le *futur passé*......	*Ero* ou *fuero* : amatus ero ou fuero.
2° De l'*imparfait actif*......	L'imparfait passif, en changeant *m* en *r* ; EXEMPLE : amabam, amabar, etc.	4° Pour le *parfait du subjonctif*..	*Sim* ou *fuerim* : amatus sim ou fuerim.
3° Du *futur actif*.........	Le futur passif, en ajoutant *r* pour la 1re et la 2e conjugaison, et en changeant *m* en *r* pour la troisième et la 4e ; EXEMPLE : amabo, amabor ; legam, legar, etc.	5° Pour le *plusqueparfait du subjonctif*..............	*Essem* ou *fuissem* : amatus essem ou fuissem.
4° Du *présent du subjonctif*....	Le présent du subjonctif passif, en changeant *m* en *r* ; EXEMPLE : amem, amer, etc.	6° Pour le *parfait de l'infinitif*, pris à l'accusatif......	*Esse* ou *fuisse* : amatum esse ou fuisse.
5° De l'*imparfait du subjonctif*.	L'imparfait du subjonctif passif, en changeant *m* en *r* ; EXEMPLE : amarem, amarer, etc.		
6° Du *présent de l'infinitif*...	Le présent de l'infinitif passif, en changeant *e* ou *ere* en *i* ; EXEMPLE : amare, amari ; monere, moneri ; legere, legi, etc.	Le *futur de l'infinitif passif* se forme...............	Du supin actif, en y joignant *iri*: amatum iri ; ou de l'accusatif du participe futur du passif, en y joignant *esse*: amandum esse.
7° Du *supin actif*.........	Le supin passif, en retranchant *m* ; EXEMPLE : amatum, amatu, etc.	Le *futur passé de l'infinitif* se forme aussi.............	De l'accusatif du participe futur passif, en y joignant *fuisse*: amandum fuisse.
Du *supin* on forme encore...	Le participe passé passif, en changeant *um* en *us* ; EXEMPLE : amatum, amatus, etc.		
L'impératif passif est toujours semblable à l'infinitif actif.			

Note. Les temps des verbes déponens se forment comme ceux des verbes passifs.

VINGTIÈME TABLEAU.

Des Participes et des Prépositions.

DES PARTICIPES.	PRÉPOSITIONS QUI GOUVERNENT L'ACCUSATIF.	PRÉPOSITIONS QUI GOUVERNENT L'ABLATIF.
1° Les verbes actifs ont deux participes : le participe présent : *amans*, et le participe futur : *amaturus*.	Ad, auprès, chez.	A, ab, abs, de, par.
2° Les verbes passifs ont aussi deux participes : le participe passé : *amatus*, et le participe futur : *amandus*.	Adversùm, adversùs, contre.	Absque, sinè, sans.
3° Les verbes déponens ont quatre participes : les deux participes de l'actif : *imitans*, *imitaturus*, et les deux du passif : *imitatus*, *imitandus*.	Ante, devant, avant.	Clàm, à l'insu de.
Note. Le participe passé de la plupart des verbes déponens a la signification active : ainsi, *imitatus*, signifie *ayant imité*, et non *étant imité*.	Apud, auprès, chez.	Coràm, devant, en présence.
4° Les participes suivent en tout la règle des adjectifs, c'est-à-dire, ils se mettent au même genre, au même nombre et au même cas que le nom auquel ils sont joints et qu'ils qualifient.	Circà, environ, auprès.	Cum, avec.
5° Les participes gouvernent le même cas que le verbe d'où ils viennent ; ainsi l'on dit : *puer amans DEUM*, l'enfant aimant Dieu, parce que *amo* gouverne l'accusatif ; *puer blandiens MATRI*, l'enfant caressant sa mère, parce que le verbe *blandior* gouverne le datif.	Circiter, environ, à peu près.	De, de, sur.
	Circùm, autour.	E, ex, de, par.
	Cis, citrà, en-deçà.	Palàm, devant, en présence de.
	Contrà, contre.	Præ, au-dessus de, devant.
	Ergà, envers.	Pro, pour.
	Extrà, hors de.	Tenus, jusque.

PRÉPOSITIONS

QUI GOUVERNENT L'ACCUSATIF (suite) :

Infrà, sous.
Inter, entre, parmi.
Intrà, dans.
Juxtà, auprès.
Ob, pour, à cause de.
Penès, ou la puissance de.
Per, par, durant.
Pone, après, derrière.
Post, après, depuis.
Præter, excepté, outre.
Prope, proche de.
Propter, pour, à cause de.
Secundùm, selon, suivant.
Secùs, le long de, auprès.
Suprà, sur, au-dessus de.
Trans, au-delà.
Ultrà, par-delà.
Usque, jusque.
Versùs, vers.

PRÉPOSITIONS

Qui gouvernent l'accusatif et l'ablatif.

In, en, dans.
Subter, sous, au-dessous de.
Sub, sous, au-dessous de.
Super, sur, au-dessus de.

Note 1re. Ces quatre prépositions gouvernent l'accusatif, quand le verbe de la proposition où elles se trouvent marque du mouvement ; et elles gouvernent l'ablatif, quand le verbe marque du repos ou un mouvement dans l'intérieur d'un lieu.

2e. Quand la préposition *cum*, avec, a pour régime un pronom, elle se met après ce pronom, et ne forme avec lui qu'un seul mot. EXEMPLE : *mecum*, avec moi ; *tecum*, *secum*, *nobiscum*, *vobiscum*, *quocum*, avec qui.

3e. La préposition *tenus* gouverne l'ablatif, lorsque son régime est singulier, *capulo tenus*, jusqu'à la garde ; mais elle gouverne le génitif, quand son régime est pluriel : *aurium tenus*, jusqu'aux oreilles. De plus, elle se met après son régime, ainsi que la préposition *versùs*, vers.

VINGT-UNIÈME TABLEAU.

Des Adverbes. *Principales espèces d'Adverbes.*

Adverbes de qualité.	Adv. de quantité.	Adverbes de lieu.				Adverbes de temps.	d'interrogation.
		Où l'on est.	*Où l'on va.*	*D'où l'on vient.*	*Par où l'on passe.*		
Docté, savamment.	Parùm, peu.	Ubi, où	Quò, où.	Undè, d'où.	Quà, par où.	Nunc, maintenant.	An, ne? est-ce que?
Beaté, heureusement.	Minùs, moins.	Hic, ici.	Hùc, ici.	Hinc, d'ici.	Hàc, par ici.	Hodiè, aujourd'hui.	Annon, Nonne? n'est-ce pas?
Miseré, malheureusement.	Satis, assez.	Istic, là où tu es.	Istùc, là où tu es.	Istinc, de là où tu es.	Istàc, par là où tu es.	Heri, hier.	Num? est-ce que?
Pulchrè, bien.	Multùm, beaucoup.	Illic, là où il est.	Illùc, là où il est.	Illinc, de là où il est.	Illàc, par là où il est.	Pridiè, la veille.	Cur? Quare? Quamobrem? pourquoi?
Facilé, facilement.	Plus, plus.	Ibi, là, y.	Eò, là, y.	Indè, de là.	Eà, par-là, y.	Quondam, autrefois.	Quomodo? comment
Breviter, brièvement.	Nimis, trop	Alibi, ailleurs.	Aliò, ailleurs.	Aliundè, d'ailleurs.	Alià, par un autre endroit.	Olim, un jour, autrefois.	Quorsùm? à quoi bon?
Longè, longuement.	Tantùm, autant.	Alicubi, uspiam, quelque part.	Aliquò, en quelque lieu.	Alicundè, de quelque part.	Aliquà, par quelque lieu.	Nuper, dernièrement.	Quidni? pourquoi non?
Utiliter, utilement.	Quantùm, combien.	Ubicumque, partout.	Quocumque, partout.	Undecumque, de quelque endroit que ce soit.	Quàcumque, par quelque endroit que ce soit.	Cràs, demain.	Siccinè? est-ce ainsi?
Celeriter, rapidement.	Semel, une fois.	Ibidem, là même	Eòdem, là même	Indidem, de là même.	Eadem, par-là même.	Postridiè, le lendemain.	*Note.* Les adverbes de quantité ci-dessus jusqu'à *semel*, une fois, gouvernent le génitif. Exemple : *multùm aquæ*, beaucoup d'eau; *parùm vini*, peu de vin.
Fortiter, vaillamment.	Bis, deux fois.	Nusquàm, nulle part.	Nusquam, nulle part.			Mox, bientôt.	
Prudenter, prudemment.	Ter, trois fois.	Foris, dehors.	Foràs, dehors.			Diù, long-temps.	
Feliciter, heureusement.	Quater, quatre fois.	Intùs, dedans.	Intrò, dedans.			Semper, toujours.	
Audacter, audacieusement.	Quinquies, cinq fois.	Ubinam? en quel lieu?	Quònam? en quel lieu?	Undenam? de quel lieu?	Quànam? par quel lieu?	Nunquam, jamais.	
Tutò, sûrement.	Decies, dix fois.					Tandem, enfin.	
Citò, vite.	Vicies, vingt fois.					Aliquandò, un jour.	
Noctù, de nuit.	Trigies, trente fois.					Interdùm, de temps en temps.	
Vicissim, tour-à-tour.	Centies, cent fois.					Usquequò? jusqu'à quand?	
Affatim, en abondance.	Millies, mille fois.						
Humanitus, humainement.	Bis millies, 2000 fois						

REMARQUES.

Les adverbes de qualité, quelques adverbes de quantité et de temps sont susceptibles des degrés de signification ; ils les forment ainsi :

POSITIF.	COMPARATIF.	SUPERLATIF.
Docté, savant.	Doctiùs, plus savant.	Doctissimè, le plus savant.
Fortiter,	Fortiùs,	Fortissimè.
Miserè,	Miseriùs,	Miserrimè.
Pulchrè,	Pulchriùs,	Pulcherrimè.
Facilé,	Faciliùs,	Facillimè.
Citò,	Citiùs,	Citissimè.
Sæpé,	Sæpiùs,	Sæpissimè.
Diù,	Diutiùs,	Diutissimè.
Serò,	Seriùs,	(Sans superlatif.)
Nuper,	(Sans comparatif.)	Nuperrimè.

Note. On voit que le comparatif adverbe est semblable au comparatif neutre des adjectifs, il n'y a que l'accent qui les distingue.

Le superlatif adverbe se forme du superlatif des adjectifs en changeant *us* en *è*.

Les quatre adverbes suivans forment les degrés de comparaison irrégulièrement :

Bené, bien,	Meliùs, mieux,	Optimè, très-bien.
Malé, mal,	Pejùs, plus mal,	Pessimè, très-mal.
Multum, beaucoup,	Magis, plus,	Maximè, le plus.
Parùm, peu,	Minùs, moins,	Minimè, le moins.

Les adverbes qui ont une voyelle devant *è*, prennent au comparatif, *magis* et au superlatif, *maximè*. Exemple :

Pié, pieusement,	Magis pié, plus pieusement,	Maximè pié, le plus pieusement.
Assidué, assidûment,	Magis assidué, ———	Maximè assidué, ———

VINGT-DEUXIÈME TABLEAU.

Des Conjonctions et des Interjections.

LES PRINCIPALES CONJONCTIONS SONT:		LES PRINCIPALES INTERJECTIONS SONT:
Ac, atque, et.	Nec, ni.	Pour la joie : O! ho! *ah!* Evax! *bon!*
At, mais.	Nisi, à moins que.	Pour la douleur : Ah! hei! *ah!* Heu, eheu!
Aut, vel, ou.	Porro, or.	*hélas!*
Autem, mais.	Postquam, après que.	Pour l'exhortation : Eu! eia! euge! *bien!*
Cùm, lorsque.	Præterea, outre cela.	*allons! courage!*
Donec, jusqu'à ce que.	Quamvis, quoique.	Pour l'admiration : Hui! *ah!*
Dùm, tandis que.	Quia, parce que.	Pour l'indignation : Proh! hen! *o!*
Enim, car.	Quoniam, puisque.	Pour la menace : Væ! *malheur!*
Ergo, donc.	Quum, lorsque.	Pour appeler : Heus! *holà!*
Et, et.	Sed, mais.	
Etenim, en effet.	Si, si.	
Etiam, quoque, aussi.	Sic, ainsi.	
Etsi, etiamsi, quoique.	Simulac, dès que.	
Ideo, idcirco, c'est pourquoi.	Sivè, seu, soit.	
Imò, bien plus.	Tamen, cependant.	
Insuper, de plus.	Tum, alors.	
Ita, ainsi.	Ut, afin que.	
Itaque, c'est pourquoi.	Utrùm, si.	
Licet, quoique.	Ve (après un mot) ou verò, verùm, mais.	
Modo, pourvu que.		
Nam, car.		
Ne, de peur que.		

VINGT-TROISIÈME TABLEAU.

Des Verbes irréguliers.

POSSE, pouvoir.	GAUDERE, se réjouir.	FIERI, devenir.	CONJUGUEZ *sur Gaudeo.*
INDICATIF. Présent.	**INDICATIF. Présent.**	**INDICATIF. Présent.**	—
Possum, je peux.	Gaudeo, gaudes, etc., je me réjouis, etc.	Fio, fis, fit, fimus, fitis, fiunt, je deviens, tu deviens, il devient, etc.	Audeo, ausus sum, audere, oser.
Potes, tu peux.	Imp. Gaudebam, je me réjouissais, etc.	**Imparfait.**	Soleo, solitus sum solere, avoir coutume.
Potest, il peut.	**Parfait.**	Fiebam, je devenais, etc.	Mœreo, mœstus sum, mœrere, avoir du chagrin.
Possumus, nous pouvons.	Gavisus sum ou fui, je me suis réjoni, etc.	**Parfait.**	
Potestis, vous pouvez.	**Plusqueparfait.**	Factus sum ou fui, je suis devenu.	
Possunt, ils peuvent.	Gavisus eram ou fueram, je m'étais réjoni.	**Plusqueparfait.**	
Imparfait.	**Futur.**	Factus eram ou fueram, j'étais devenu.	
Poteram, je pouvais, etc.	Gaudebo, je me réjouirai, etc.	**Futur.**	
Parfait.	**Futur passé.**	Fiam, fies, etc., je deviendrai.	
Potui, j'ai pu, etc.	Gavisus ero ou fuero, je me serai réjoui.	**Futur passé.**	
Plusqueparfait.	**IMPÉRATIF.**	Factus ero, je serai devenu.	
Potueram, j'avais pu, etc.	Gaude ou gaudeto, réjouis-toi, etc.	**Impératif.**	
Futur.	**SUBJONCTIF. Présent.**	Fi, fito, deviens, qu'il devienne. Fiamus, devenons; fite, fitote, devenez; fiunto, qu'ils deviennent.	
Potero, je pourrai, etc.	Gaudeam, que je me réjouisse, etc.	**SUBJONCTIF. Présent.**	
Futur passé.	**Imparfait.**	Fiam, que je devienne, etc.	
Potuero, j'aurai pu, etc.	Gauderem, que je me réjouisse, etc.	**Imparfait.**	
IMPÉRATIF (manque).	**Parfait.**	Fierem, que je devinsse, etc.	
SUBJONCTIF. Présent.	Gavisus sim, que je me sois réjoui, etc.	**Parfait.**	
Possim, que je puisse, etc.	**Plusqueparfait.**	Factus sim, que je sois devenu.	
Imparfait.	Gavisus essem, que je me fusse réjoui.	**Plusqueparfait.**	
Possem, que je pusse, etc.	**INFINITIF. Présent.**	Factus essem, que je fusse devenu.	
Parfait.	Gaudere, se réjouir.	**INFINITIF. Présent.**	
Potuerim, que j'aie pu, etc.	Parf. Gavisum, am, esse ou fuisse, s'être réjoui.	Fieri, devenir.	
Plusqueparfait.	Fut. Gavisurum, am esse, devoir se réjouir.	Parf. Factum, am esse ou fuisse, être devenu.	
Potuissem, que j'eusse pu, etc.	Fut. passé. Gavisurum, am fuisse, avoir dû se réjouir.	Futur. Factum iri, ou faciendum esse, devoir devenir.	
INFINITIF. Présent.	**GÉRONDIFS** (comme Moneo).	Fut. passé. Faciendum fuisse, avoir dû devenir.	
Posse, pouvoir.	**Supin.**	Supin. Factu, à être fait.	
Parfait.	Gavisum, gavisu, pour, à se réjouir.	**PARTICIPES.**	
Potuisse, avoir pu.	**PARTICIPES.**	Passé. Factus, devenu.	
	Présent. Gaudens, entis, se réjouissant.	Futur. Faciendus, devant être fait.	
	Passé. Gavisus, a, um, s'étant réjoui.		
	Futur. Gavisurus, a, um, devant se réjouir.		

8

VINGT-QUATRIÈME TABLEAU.

Suite des Verbes irréguliers.

FERRE, porter. *Actif.*		FERRI, être porté. *Passif.*	
INDICATIF.	**SUBJONCTIF.**	**INDICATIF.**	**SUBJONCTIF.**
	Présent.		Présent.
Fero, je porte.	Feram, que je porte.	Feror, je suis porté.	Ferar, que je sois porté.
Fers, tu portes.	Feras,	Ferris,	Feraris,
Fert, il porte.	Ferat,	Fertur,	Feratur,
Ferimus, nous portons.	Feramus,	Ferimur,	Feramur,
Fertis, vous portez.	Feratis,	Ferimini,	Feramini,
Ferunt, ils portent.	Ferant.	Feruntur.	Ferantur.
Imparfait.		Imparfait.	
Ferebam, je portais, etc.	Ferrem, que je portasse, etc.	Ferebar, j'étais porté, etc.	Ferrer, que je fusse porté, etc.
Parfait.		Parfait.	
Tuli, tulisti, j'ai porté, etc.	Tulerim, que j'aie porté.	Latus sum, j'ai été porté, etc.	Latus sim, que j'aie été porté.
Plusqueparfait.		Plusqueparfait.	
Tuleram, j'avais porté, etc.	Tulissem, que j'eusse porté.	Latus eram, j'avais été porté.	Latus essem, que j'eusse été porté.
Futur.		Futur.	
Feram, feres, je porterai, etc.		Ferar, je serai porté, etc.	
Futur passé.		Futur passé.	
Tulero, j'aurai porté, etc.		Latus ero, j'aurai été porté, etc.	

IMPÉRATIF. (Actif)

Fer ou ferto, porte.
Ferto, qu'il porte.
Feramus, portons.
Ferte, portez.
Ferunto, qu'ils portent.

INFINITIF. (Actif)

Présent. Ferre, porter.
Parfait. Tulisse, avoir porté.
Futur. Laturum, am esse, devoir porter.
Fut. passé. Laturum, am fuisse, avoir dû porter.
Gérondifs. Ferendi, de porter, ferendo, en portant, ferendum, à ou pour porter.
Supin. Latum, à porter.
Participe présent. Ferens, portant.
Participe futur. Laturus, a, um, devant porter.

IMPÉRATIF. (Passif)

Ferre, fertor, sois porté.
Fertor, qu'il soit porté.
Feramur, soyons portés.
Ferimini, soyez portés.
Feruntor, qu'ils soient portés.

INFINITIF. (Passif)

Présent. Ferri, être porté.
Parfait. Latum, am esse, avoir été porté.
Futur. Latum iri ou ferendum esse, devoir être porté.
Futur passé. Ferendum fuisse, avoir dû être porté.
Supin. Latu, à être porté.
Participe passé. Latus, a, um, ayant été porté.
Participe futur. Ferendus, a, um, devant être porté.

Conjuguez sur FERO :

Offero, obtuli, oblatum, offrir.
Differo, distuli, dilatum, différer.
Affero, attuli, allatum, apporter.
Aufero, abstuli, ablatum, auferre, ôter, emporter, et tous les composés de *fero*.

Suite des Verbes irréguliers.

VELLE, vouloir.	NOLLE, ne vouloir pas.	MALLE, aimer mieux.
INDICATIF. Présent. Volo, je veux. Vis, tu veux. Vult, il veut. Volumus, nous voulons. Vultis, vous voulez. Volunt, ils veulent. **Imparfait.** Volebam, je voulais, etc. **Parfait.** Volui, j'ai voulu, etc. **Plusqueparfait.** Volueram, j'avais voulu, etc. **Futur.** Volam, voles, je voudrai, etc. **Futur passé.** Voluero, j'aurai voulu, etc. **IMPÉRATIF** (manque). **SUBJONCTIF, Présent.** Velim, que je veuille. Velis, que tu veuilles. Velit, qu'il veuille. Velimus, que nous voulions. Velitis, que vous vouliez. Velint, qu'ils veuillent. Imparfait. Vellem, que je voulusse, etc. Parfait. Voluerim, que j'aie voulu, etc. Plusque. Voluissem, que j'eusse voulu, etc. **INFINITIF.** Présent. Velle, vouloir. Parfait. Voluisse, avoir voulu. **PARTICIPE. Présent.** Volens, voulant.	**INDICATIF.** **SUBJONCTIF.** Présent. Nolo, je ne veux pas. Nolim, q. je ne veuille pas. Non vis, Nolis, Non vult, Nolit, Nolumus, Nolimus, Non vultis, Nolitis, Nolunt. Nolint. Imparfait. Nolebam, je ne voulais Nollem, que je ne vou- pas. lusse pas. Parfait. Nolui, je n'ai pas voulu. Noluerim, que je, etc. Plusqueparfait. Nolueram, je n'avais Noluissem, que je pas voulu. n'eusse pas voulu. Futur. Nolam, noles, je ne voudrai pas, etc. Futur passé. Noluero, je n'aurai pas voulu, etc. **IMPÉRATIF.** Noli, nolito, ne veuille pas. Nolito, qu'il ne veuille pas. Nolimus, ne veuillons pas. Nolite, nolitote, ne veuillez pas. Nolunto, qu'ils ne veuillent pas. **INFINITIF. Présent.** Nolle, ne vouloir pas. Parfait. Noluisse, n'avoir pas voulu. **PARTICIPE. Présent.** Nolens, ne voulant pas.	**INDICATIF. Présent.** Malo, j'aime mieux. Mavis, tu aimes mieux. Mavult, il aime mieux. Malumus, nous aimons mieux. Mavultis, vous aimez mieux. Malunt, ils aiment mieux. **Imparfait.** Malebam, j'aimais mieux, etc. **Parfait.** Malui, j'ai mieux aimé, etc. **Plusqueparfait.** Malueram, j'avais mieux aimé, etc. **Futur.** Malam, males, j'aimerai mieux, etc. **Futur passé.** Maluero, j'aurai mieux aimé, etc. **IMPÉRATIF** (manque.) **SUBJONCTIF. Présent.** Malim, malis, que j'aime mieux, etc. **Imparfait.** Mallem, que j'aimasse mieux, etc. **Parfait.** Maluerim, que j'aie aimé mieux, etc. **Plusqueparfait.** Maluissem, que j'eusse aimé mieux, etc. **INFINITIF. Présent.** Malle, aimer mieux. **Parfait.** Maluisse, avoir mieux aimé.

Suite des Verbes irréguliers.

IRE, ALLER.		QUIRE, POUVOIR.	
INDICATIF.	**SUBJONCTIF.**	**INDICATIF.**	**SUBJONCTIF.**

IRE, ALLER.

INDICATIF. — **SUBJONCTIF.**

PRÉSENT.

Eo, je vais.	Eam, que j'aille.
Is, tu vas.	Eas, que tu ailles.
It, il va.	Eat, qu'il aille.
Imus, nous allons.	Eamus, que nous allions.
Itis, vous allez.	Eatis, que vous alliez.
Eunt, ils vont.	Eant, qu'ils aillent.

IMPARFAIT.

Ibam, ibas, j'allais, etc. | Irem, ires, que j'allasse, ou j'irais, etc.

PARFAIT.

Ivi ou ii, je suis allé, etc. | Iverim ou ierim, q. je sois allé, etc.

PLUSQUEPARFAIT.

Iveram, j'étais allé, etc. | Ivissem ou iissem, q. je fusse al., etc.

FUTUR.

Ibo, ibis, j'irai.

FUTUR PASSÉ.

Ivero ou iero, je serai allé, etc.

IMPÉRATIF.

I ou ito, va.
Ito, qu'il aille.
Eamus, allons.
Ite ou itote, allez.
Eunto, qu'ils aillent.

INFINITIF.

PRÉSENT. Ire, aller.
PARFAIT. Ivisse ou iisse, être allé.
FUTUR. Iturum, am esse, devoir aller.
FUTUR PASSÉ. Iturum, am fuisse, avoir dû aller.
GÉRONDIFS. Eundi, d'aller; eundo en allant; eundum, à ou pour aller.
SUPINS. Itum, à aller; itu, à être allé.
PARTICIPE PRÉSENT. Iens, *gén.*, euntis, allant.
PARTICIPE FUTUR. Iturus, a, um, devant aller.

QUIRE, POUVOIR.

INDICATIF. — **SUBJONCTIF.**

PRÉSENT.

Queo, je peux.	Queam, que je puisse, etc.
Quis, tu peux.	Queas,
Quit, il peut.	Queat,
Quimus, nous pouvons.	Queamus,
Quitis, vous pouvez.	Queatis,
Queunt, ils peuvent.	Queant.

IMPARFAIT.

Quibam, je pouvais, etc. | Quirem, que je pusse, ou je pourrais, etc.

PARFAIT.

Quivi, j'ai pu, etc. | Quiverim, que j'aie pu, etc.

PLUSQUEPARFAIT.

Quiveram, j'avais pu, etc. | Quivissem, que j'eusse pu, etc.

FUTUR.

Quibo, quibis, etc., je pourrai, etc.

FUTUR PASSÉ.

Quivero, j'aurai pu, etc.

IMPÉRATIF (manque.)

INFINITIF.

PRÉSENT. Quire, pouvoir.

Conjuguez sur EO :

Exire, exeo, sortir.
Perire, pereo, périr.
Redire, redeo, revenir.
Adire, adeo, aller trouver.
Transire, transeo, passer outre.
Abire, abeo, s'en aller.

Sur QUEO :

Nequeo, je ne peux pas.

VINGT-SEPTIÈME TABLEAU.

Suite des Verbes irréguliers.

ODISSE, Haïr.	MEMINISSE, se souvenir.	AIO, je dis.
INDICATIF. Présent.	**INDICATIF. Présent.**	Ce verbe n'a que les temps et les personnes qui suivent :
Odi, je hais.	Memini, je me souviens.	**INDICATIF. Présent.**
Odisti, tu hais.	Meministi, tu te souviens.	Aio, je dis.
Odit, il hait.	Meminit, il se souvient.	Ais, tu dis.
Odimus, nous haïssons.	Meminimus, nous nous souvenons.	Ait, il dit.
Odistis, vous haïssez.	Meministis, vous vous souvenez.	Aiunt, ils disent.
Oderunt, ère, ils haïssent.	Meminerunt, ils se souviennent.	**Imparfait.**
Imparfait.	**Imparfait.**	Aiebam, aiebas, aiebat, aiebamus; aiebatis, aiebant, je disais, etc.
Oderam, je haïssais, etc.	Minineram, je me souvenais, etc.	**Parfait.**
Parfait.	**Parfait et Plusqueparfait (manquent.)**	Aisti, tu as dit.
Osus sum ou fui, j'ai haï, etc.	**Futur.**	Aistis, vous avez dit.
Plusqueparfait.	Meminero, je me souviendrai, etc.	**IMPÉRATIF.**
Osus eram ou fueram, j'avais haï, etc.	**Futur passé (manque.)**	Ai, dis.
Futur.	**IMPÉRATIF.**	**SUBJONCTIF. Présent.**
Odero, je haïrai, etc.	Memento, souviens-toi.	Aias, que tu dises.
Futur Passé.	Memento, qu'il se souvienne.	Aiat, qu'il dise.
Osus ero ou fuero, j'aurai haï, etc.	Mémentote, souvenez-vous.	Aiant, qu'ils disent.
IMPÉRATIF (manque.)	**SUBJONCTIF. Présent.**	**PARTICIPE. Présent.**
SUBJONCTIF. Présent.	Meminerim, que je me souvienne, etc.	Aiens, disant.
Oderim, que je haïsse, etc.	**Imparfait.**	
Imparfait.	Meminissem, que je me souvinsse, etc.	
Odissem, que je haïsse, etc.	**Parfait et Plusqueparfait (manquent.)**	
Parfait.	**INFINITIF. Présent.**	
Osus sim ou fuerim, que j'aie haï, etc.	Meminisse, se souvenir.	
Plusqueparfait.		
Osus essem ou fuissem, que j'eusse haï.		
INFINITIF.		
Présent. Odisse, haïr.		

Note. Les verbes *Meminisse*, *Aio*, *Inquam*, s'appellent *défectueux*, parce qu'ils manquent de plusieurs temps et de plusieurs personnes.

Présent. Odisse, haïr.
Parfait. Osum, am esse ou fuisse, avoir haï.
Futur. Osurum esse, devoir haïr.
Futur passé. Osurum fuisse, avoir dû haïr.
Participe passé. Osus, a, um, ayant haï.
Participe futur. Osurus, a, um, devant haïr.

Conjuguez sur MEMINI :

Novi, je connais.
Cœpi, je commence; mais ils n'ont pas d'impérat.

VINGT-HUITIÈME TABLEAU.

Suite des Verbes irréguliers.

INQUAM, DIS-JE.	OPORTERE, FALLOIR.	Sur *OPORTET*, *se conjuguent encore les verbes suivans* :
INDICATIF. Présent.	**INDICATIF. Présent.**	Me pœnitet, je me repens.
Inquam, dis-je.	Oportet, il faut.	Me pudet, j'ai honte.
Inquis, dis-tu.	**Imparfait.**	Me piget, je suis fâché.
Inquit, dit-il.	Oportebat, il fallait.	Me tœdet, je m'ennuie.
Inquimus, disons-nous.	**Parfait.**	Me miseret, j'ai pitié ou compassion.
Inquitis, dites-vous.	Oportuit, il a fallu.	Ces verbes ont toujours devant eux un pronom personnel à l'accusatif, comme :
Inquiunt, disent-ils.	**Plusqueparfait.**	Me pœnitet, je me repens.
Imparfait.	Oportuerat, il avait fallu.	Te pœnitet, tu te repens.
Inquiebat, disait-il.	**Futur.**	Se, illum, illam pœnitet, il, elle se repent.
Inquiebant, disaient-ils.	Oportebit, il faudra.	Nos pœnitet, nous nous repentons.
Parfait.	**Futur passé.**	Vos pœnitet, vous vous repentez.
Inquisti, as-tu dit.	Oportuerit, il aura fallu.	Se, illos, illas pœnitet, ils se repentent.
Inquit, a-t-il dit.	**SUBJONCTIF. Présent.**	Et ainsi dans tous leurs temps de l'indicatif et du subjonctif.
Inquistis, avez-vous dit.	Oporteat, qu'il faille.	A l'infinitif ils ont de plus les temps suivans :
Futur.	**Imparfait.**	**PARTICIPE. Présent.**
Inquies, diras-tu.	Oporteret, il faudrait ou qu'il fallût.	Pœnitens, se repentant.
Inquiet, dira-t-il.	**Parfait.**	**Participe futur passif.**
IMPÉRATIF.	Oportuerit, qu'il ait fallu.	Pœnitendus, a, um, dont on doit se repentir.
Inque, inquito, dis.	**Plusqueparfait.**	**Gérondifs.**
SUBJONCTIF. Présent.	Oportuisset, qu'il eût fallu.	Pœnitendi, de se repentir.
Inquiat, qu'il dise.	**INFINITIF. Présent.**	Pœnitendo, en se repentant.
	Oportere, falloir.	Pœnitendum, à ou pour se repentir.
	Parfait.	
Note. Ce verbe n'a que les temps et les personnes ci-dessus indiqués.	Oportuisse, avoir fallu.	**FIN.**

Conjuguez sur OPORTET :

Decet, il convient.
Licet, il est permis.
Libet, il plaît.
Liquet, il est clair.

Note. Ces verbes s'appellent *unipersonnels*, parce que dans tous leurs temps, ils n'ont que la troisième personne du singulier.

EXERCICES SUR LES CONJUGAISONS.

RÈGLE. Tout verbe qui n'est pas à l'infinitif doit être du même nombre et de la même personne que son sujet ou nominatif. Ex.: *Ego sum*, je suis. *Sum* est de la première personne et du nombre singulier, parce que son sujet *ego* est de la première personne et du singulier. *Pueri student*, les enfans étudient ; *student* est de la troisième personne et du nombre pluriel, parce que son sujet *pueri* est de la troisième personne et du pluriel.

REMARQUE. Quand le verbe a pour sujet un pronom personnel, ce sujet est rarement exprimé en latin. Ex.: nous lisons, *legimus*, au lieu de *nos legimus*.

EXERCICES FRANÇAIS à mettre EN LATIN, OU THÈMES.	EXERCICES LATINS à mettre EN FRANÇAIS, OU VERSIONS.	EXERCICES FRANÇAIS.	EXERCICES LATINS.	DICTIONNAIRE DES THÈMES.	DICTIONNAIRE DES VERSIONS.
1° Vous êtes ; il est ; nous étions ; vous fûtes ; ils ont été ; vous avez été ; tu seras ; il serait ; nous cûmes été ; sois ; que vous soyez ; qu'il fût ; qu'il eût été ; que nous ayons été ; avoir été ; devant être ; soyons ; ils furent ; vous avez été. Je suis présent ; il a été présent ; le maître sera absent ; qu'il soit absent. **2°** Dieu est, a été, et sera ; nous avons été absens ;	**1°** Sunt ; es ; erat ; fuimus ; eratis ; fuerat ; erit ; erunt ; fueratis ; fuero ; fuerimus ; este ; esto ; sunto ; estote ; sis ; esses ; sint ; essemus ; essent ; fuerimus ; fuerim ; fuissetis ; esse ; fore ; fuisse ; futurus ; futurum fuisse. Ades ; adfuimus ; aderit ; alumnus abfuit ; abfuerat ; abesset ; præceptores adsunt ; adsunto. **2°** Abfuimus ; aberis ; absis. Scientia prodest ;	soyez absens. Les livres sont utiles ; ils ont été utiles ; ils seront utiles ; la vertu est utile ; elle a été utile ; elle sera utile ; elle fut utile. L'homme a manqué ; il manquera ; il manqua ; les hommes manquèrent ; qu'ils manquassent ; qu'ils eussent manqué. Le magistrat préside ; il présida ; il a présidé ; il présiderait ; devant présider ; qu'il préside. Les magistrats ont présidé ; ils présidèrent ; ils présideront ; qu'ils présidassent ; avoir présidé.	profuit, proderit ; prodesset, proderat ; profuisset ; profutura. Discipuli desunt ; deerant ; deerunt ; desunto ; defuerant ; puer defuisset ; deest ; deesto ; non desit ; nunquam deerit. Dux præfuit ; præfuisset ; præerit ; præfuerit ; præsit ; præesto. Duces præsunt ; præerunt ; præessent ; præerant ; præfuerint. Præeram ; præfuisti ; præeris ; præfuissemus ; præesset ; præsunto ; præfuturam esse ; præesse ; præfuisse.	Dieu. Deus, *gén.* dei. Être. Esse, sum, fui. Être absent. Abesse, absum, abfui. Être présent. Adesse, adsum, adfui. Être utile. Prodesse, prosum, profui. (*Voyez pour ce verbe la remarque du tableau du verbe sum*). Homme. Homo, *gén.* minis. Livre. Liber, *gén.* libri. Magistrat. Magistratus, *gén.* magistratûs. Maître. Præceptor, *gén.* præceptoris. Manquer à. Deesse, desum, defui. Présider. Præesse, præsum, præfui. Vertu. Virtus, *gén.* virtutis.	Absum, es, fui, esse, être absent. Adsum, ades, adfui, adesse, être présent. Alumnus, *gén.* alumni, l'élève. Desum, dees, defui, deesse, manquer à. Discipulus, *gén.*, discipuli, écolier. Dux, *gén.* ducis, général. Et (conj.), et. Non (adv.), ne pas. Nunquam (adv.), ne jamais. Præceptor, *gén.* toris, maître. Præsum, præes, præfui, præesse, présider. Prosum, prodes, profui, prodesse, être utile. Puer, *gén.* pueri, enfant. Scientia, *gén.* scientiæ, f., science.

EXERCICES SUR LES CONJUGAISONS.

EXERCICES FRANÇAIS.	EXERCICES LATINS.	EXERCICES FRANÇAIS.	EXERCICES LATINS.	DICTIONNAIRE DES THÈMES.	DICTIONNAIRE DES VERSIONS.
3⁰	3⁰	4⁰	4⁰		
La mère prie ; elle a prié. Nous prierons ; vous priâtes ; ils prieraient ; tu aurais prié ; nous priions ; prie souvent. Les agriculteurs labourent ; ils laboureraient ; qu'ils labourent ; qu'ils eussent labouré ; avoir labouré ; à labourer. Nous appelâmes ; appelle ; j'ai appelé ; tu appelleras ; vous auriez appelé ; devant appeler. Le peuple a obtenu ; il obtiendra ; il obtint. Vous auriez obtenu ; ils obtiendraient. Le père a donné ; il donnera ; il aura donné ; qu'il donnât ; avoir donné ; pour donner ; vous donneriez.	Deus creavit et servat. Frater vocat ; vocabit ; vocaret ; vocet ; vocaremus ; vocatum ; judex judicabat ; judicaverit ; judicavisset ; judices judicabunt ; judicent. Latrones spoliant ; spoliarent ; spoliavissent ; non spolient. Latro spoliabit ; spoliaverat ; spoliaverit ; rex dedit ; daret ; det ; dabat ; dedisset. Dedisse ; daturus ; datum. Lignarius secat ; secuit ; secaret ; secuerat ; secato ; secuisset. Lignarii secuerunt ; secuerint ; secent ; secabant ; secuisse ; sectum. Seca ; secuissemus ; secabitis ; secarem ; secueris.	Étudiez ; j'ai étudié ; tu n'étudies pas ; il étudiera ; vous étudieriez. L'enfant aurait étudié. Les enfans n'étudiaient pas. Nous avons ; il avait ; tu as eu ; ils auront ; aie ; vous auriez ; que tu eusses eu ; ayez. Le professeur enseigne ; il enseigna. Les professeurs ont enseigné. Tu enseigneras ; avoir enseigné ; à enseigner ; devant enseigner. Le jeune homme rira ; il a ri ; qu'il rie ; il aura ri. Rions ; rire ; en riant. Obéissons ; il n'a pas obéi ; tu obéiras ; que vous ayez obéi ; obéis ; il obéirait ; tu aurais obéi ; vous obéissiez.	Virtus placet ; placuerat ; placebit ; placeret ; placuisset. Oratores moverunt ; movebunt ; moveant. Movisse ; motum. Possidemus ; possedimus ; possederimus ; possedisse ; possessurum fuisse. Ver apparet ; apparebit ; appareat. Prandes ; prandi ; prandisses ; pranderes. Poma pendent ; pependerunt ; pependissent. Annus spondet ; spopondit ; spoponderit. Spopondissetis ; spopondisse ; sponsurum esse ; spondendo. Dies illucet ; illuxit ; illuceret ; illuxerit. Nix candet ; canduit ; semper candebit.	Agriculteur. Agricola, *gén.* agricolæ, m. Appeler. Vocare, voco, as, avi, atum. Avoir. Habere, habeo, es, ui, itum. Donner. Dare, do, das, dedi, datum. Enseigner. Docere, doceo, es, ui, ctum. Étudier. Studere, studeo, es, ui. Jeune homme. Juvevis, *gén.* juvenis, m. Labourer. Arare, aro, as, avi, atum. Mère. Mater, *gén.* matris, f. Obéir. Parere, parco, es, ui. Obtenir. Impetrare, impetro, as, avi, atum. Père. Pater, *gén.* patris, m. Peuple. Populus, *gén.* populi, m. Prier. Orare, oro, as, avi, atum. Professeur. Professor, *gén.* professoris. Rire. Ridere, rideo, es, risi, risum.	Annus, *gén.* anni. m., annéc. Appareo, es, ui, ere, paraître. Candeo, es, ui, ere, être blanc. Creo, as, avi, atum, are, créer. Deus, *gén.* dei, m., dieu. Dies, *gén.* diei, m., et f. jour. Do, das, dedi, datum, dare, donner. Frater, *gén.* fratris, m., frère. Illuceo, es, xi, ere, luire. Judex, *gén.* judicis, m., juge. Judico, as, avi, atum, are, juger. Latro, *gén.* latronis, m., voleur. Lignarius, *gén.* rii, m., bûcheron. Moveo, es, vi, motum, ere, toucher. Nix, *gén.* nivis, f., neige. Orator, *gén.* toris, m., orateur. Pendeo, es, pependi, pensum, dere, pendre. Placeo, es, ui, itum, ere, plaire. Pomum, *gén.* mi, n., fruit. Possideo, des, possedi, possessum, dere, posséder. Prandeo, di, pransum, dere, dîner. Rex, *gén.* regis, m., roi. Seco, as, secui, sectum, are, couper. Semper (adv.), toujours. Servo, as, avi, atum, are, conserver. Spolio, as, avi, atum, are, dépouiller. Spondeo, es, spopondi, sponsum, dere, promettre. Ver, *gén.* veris, n., printemps. Voco, as, avi, atum, are, appeler.

EXERCICES SUR LES CONJUGAISONS.

EXERCICES FRANÇAIS.	EXERCICES LATINS.	DICTIONNAIRE DES THÈMES.	DICTIONNAIRE DES VERSIONS.
5° Le soleil brûlait ; il a brûlé ; il brûlerait ; qu'il eût brûlé ; qu'il brûle. Avoir brûlé ; à brûler. Les fruits mûriront ; ils mûriraient ; ils ont mûri. Tu apprends ; il a appris ; nous apprendrons ; vous apprendriez ; qu'il apprenne ; que tu eusses appris ; en apprenant. Le joueur perd ; il perdrait ; il a perdu. Les joueurs perdirent ; ils perdront. Le pied touche ; il a touché ; qu'il touche. Nous toucherions ; ils auront touché ; tu touchas. **6°** Le menteur trompe ; il tromperait ; il a trompé ; il aurait trompé. Les menteurs tromperont ; ils trompèrent. L'histoire dit ; elle dira ; qu'elle dise. Tu ne dis ; dis. Il fit ; nous ferons ; qu'il fasse ; fais ; vous feriez ; avoir fait ; à faire. Tu as faim ; nous aurons faim ; j'eus faim ; vous auriez eu faim. Il a soif ; vous aviez soif ; ils auraient eu soif. L'ami viendra ; il est venu ; qu'il vienne ; il vint ; qu'il soit venu. Je sais ; sachant ; sache ; vous sauriez ; qu'il sût ; avoir su.	**5°** Luscinia canit ; caneret ; cecinit ; canet ; cecinisset. Canis mordet ; momorderit ; morderat ; mordebat ; mordeto. Domus cadet ; cecidit ; caderet ; ceciderit ; cadat. Turres ceciderunt ; cecidissent. Mercator vendit ; vendidit ; vendiderat. Mercatores vendent ; vendiderunt. Scribimus ; scripsisti ; scripseram ; scribe ; scripturus ; scriptum. Ver incipit ; incepit ; incipito. Hiems fugit ; fugerat ; fugisset ; fugiendo ; fugitum. **6°** Munimus ; muniebas ; munirent ; muniturum esse. Dux muniet ; muniat ; munivisset. Punivimus ; puniveras ; puniat ; puniretis. Lex punit ; puniet ; puniens. Invenisti ; inveniremus ; inveniant ; inventurus ; inventum. Portitor aperiebat ; aperuit ; aperiret ; aperiat ; aperuerit ; aperturus. Sentimus ; senserunt ; senties ; sensimus ; sensum ; senseritis. Puer flet ; flebit ; fleret ; flevit ; flevisset ; pueri flebunt ; fleverint ; flebant ; fleverant ; flevisse, fletum.	Ami. Amicus, *gén.* ci, m. Apprendre. Discere, disco, is, didici, discitum. Avoir faim. Esurire, io, is, ivi ou ii, itum. Avoir soif. Sitire, tio, is, ivi. Brûler. Urere, uro, is, ussi, ustum. Dire. Dicere, dico, is, dixi, dictum. Faire. Facere, facio, is, feci, factum. Histoire. Historia, *gén.* æ, f. Joueur. Lusor, oris, m. Menteur. Mendax, *gén.* acis, m. Mûrir. Maturesco, is, rui, escere. Perdre. Perdere, perdo, perdis, perdidi, perditum. Pied. Pes, *gén.* pedis, m. Savoir. Scire, scio, is, scivi, scitum. Soleil. Sol. *gén.* solis, m. Toucher. Tangere, go, is, tetigi, tactum. Tromper. Fallere, lo, is, fefelli, falsum. Venir. Venire, io, is, veni, ventum.	Aperio, is, ui, tum, ire, ouvrir. Cado, is, cecidi, casum, ere, tomber. Canis, *gén.* canis, m., chien. Cano, is, cecini, cantum, ere, chanter. Domus, *gén.* i et ûs, m. et f., maison. Dux, *gén.* ducis, m., général. Fleo, es, flevi, fletum, flere, pleurer. Fugio, is, fugi, fugitum, fugere, fuir. Hiems, *gén.* hiémis, f., hiver. Janitor, oris, m. portier. Incipio, is, incepi, inceptum, incipere, commencer. Invenio, is, inveni, inventum, invenire, trouver. Lex, *gén.* legis, f., loi. Luscinia, *gén.* æ, f. rossignol. Mercator, *gén.* oris, m., marchand. Mordeo, es, momordi, morsum, mordere, mordre. Munio, is, ivi, itum, ire, fortifier. Punio, is, ivi, itum, ire, punir. Scribo, is, scripsi, scriptum, scribere, écrire. Sentio, is, sensi, sensum, tire, sentir. Turris, *gén.* ris, f., tour. Vendo, is, vendidi, venditum, vendere, vendre. Ver, *gén.* veris, n., printemps.

EXERCICES SUR LES CONJUGAISONS.

Verbes passifs.

EXERCICES FRANÇAIS.	EXERCICES LATINS.	DICTIONNAIRE DES THÈMES.	DICTIONNAIRE DES VERSIONS.
7° Dieu est adoré ; il a été adoré ; il sera toujours adoré ; qu'il soit adoré ; qu'il eût été adoré. Le roi fut aimé ; il est aimé ; il serait aimé. Le menteur a été châtié ; il sera châtié ; il aura été châtié ; devant être châtié. Les trompeurs seront châtiés ; ils ont été châtiés. Les soldats ont été excités, et la ville fut prise. Nous avons été invités ; vous seriez invités ; avoir été invité. La nouvelle fut annoncée ; elle aura été annoncée ; qu'elle soit annoncée ; elle serait annoncée. **8°** L'écolier a été averti ; il serait averti ; il aurait été averti. Les écoliers seront avertis ; qu'ils aient été avertis. La table est approchée ; elle a été approchée ; qu'elle soit approchée. Les traîtres sont méprisés ; ils avaient été méprisés ; ils seront méprisés ; qu'ils soient méprisés. Les fruits seront récoltés ; il seraient récoltés ; ils auraient été récoltés. L'ordre a été transmis ; devant être transmis ; il sera transmis. Les ordres auront été transmis. Les trésors ont été soustraits ; ils seraient soustraits ; ils ne seront pas soustraits. Le pays aurait été subjugué ; il sera subjugué ; il a été subjugué.	**7°** Pauperes contristantur ; contristati sunt ; contristabuntur ; non contristentur. Avarus spernitur ; spernatur ; spretus est ; sperneretur ; spernendus. Sententia mutatur ; mutabitur ; mutata est ; mutaretur. Viator occidebatur ; occisus fuerat ; occidetur ; occideretur ; viatores occisi sunt ; occisi fuissent. Dux victus est, vinceretur ; vincitor. Imperatores vincebantur ; vincerentur. Decipiebaris ; decipisumus ; decipiemini ; deciperemini ; decipiendus ; deceptum esse ; decipi. **8°** Virtus remuneratur ; remunerabitur. Exercitus ducitur ; ductus est ; ducetur ; duceretur ; ductus esset ; ducendus. Asinus induitur ; induebatur ; indutus fuerat ; induatur ; indutus fuerit. Domus evertetur ; eversus est ; evertatur ; evertitor ; everteretur ; eversus esset ; everti ; eversu. Dolium impletur ; impletum est ; impleatur ; implebitur ; impletum fuisset ; impletu. Prodimur ; proditi sumus ; prodetur ; prodatur ; proderemini ; proditus fuisses ; proditum esse. Captivi remittuntur ; remissi essent ; remitterentur ; remittuntor ; remittendi ; remissi fuerint.	Adorer. Ador*are*, o, as, avi, atum. Annoncer. Nunti*are*, o, as, avi, atum. Approcher. Admov*ere*, veo, vi, admotum. Châtier. Castig*are*, o, as, avi, atum. Écolier. Discipul*us*, *gén.* i, m. Exciter. Incit*are*, o, as, avi, atum. Inviter. Invit*are*, o, as, avi, atum. Mépriser. Spern*ere*, o, is, sprevi, spretum. Nouvelle. Nunti*us*, *gén.* tii, m. Ordre. Mandatum, *gén.* i, n. Pays. Regio, *gén.* onis, f. Prendre. Cap*ere*, io, is, cepi, captum. Récolter. Collig*ere*, o, is, collegi, collectum. Soldat. Miles, *gén.* litis, m. Soustraire. Subduc*ere*, co, sis, duxi, ductum. Subjuguer. Subig*ere*, o, is, subegi, subactum. Table. Mens*a*, *gén.* æ, f. Traître. Prodi*tor*, *gén.* oris, m. Transmettre. Transmitt*ere*, o, is, misi, missum. Trésor. Thesaurus, *gén.* i, m. Trompeur. Fraudator, *gen.* oris, m. Ville. Urbs, *gén.* urbis, f.	Asin*us*, *gén.* i, m., âne. Avar*us*, *gén.* i, m., avare. Captiv*us*, *gén.* i, m., prisonnier. Contristo, as, avi, atum, are, affliger. Decip*io*, pis, decepi, deceptum, decipere, tromper. Dol*ium*, *gén.* lii, n., tonneau. Duco, is, duxi, ductum, ducere, mener. Evert*o*, is, everti, eversum, evertere, renverser. Exercit*us*, *gén.* tûs, m., armée. Impéra*tor*, *gén.* toris, m., général. Imple*o*, es, evi, etum, ere, emplir. Indu*o*, is, dui, dutum, ere, revêtir. Mut*o*, as, avi, atum, are, changer. Occid*o*, is, di, sum, ere, tuer. Pauper, *gén.* eris, m., pauvre. Prod*o*, is, prodidi, proditum, prodere, trahir. Remitt*o*, is, misi, missum, mittere, renvoyer. Remunero, as, avi, atum, are, récompenser. Sententia, *gén.* æ, f., avis. Viator, *gén.* toris, m., voyageur. Vinco, is, vici, victum, vincere, vaincre.

EXERCICES SUR LES CONJUGAISONS.

Verbes déponens.

EXERCICES FRANÇAIS.	EXERCICES LATINS.	DICTIONNAIRE DES THÈMES.	DICTIONNAIRE DES VERSIONS.
9° La fille prie ; elle priera ; elle prierait. Nous avons prié ; vous priâtes ; qu'ils prient. L'étranger admirait ; il a admiré ; il aurait admiré ; qu'il eût admiré ; ayant admiré ; devant être admiré. Le malfaiteur a avoué ; il avoue ; qu'il avoue. Vous avouerez ; ils avoueraient. Vous avez oublié ; j'oublierais ; tu n'oublieras pas ; il aura oublié ; devant oublier ; devant être oublié. Le frère naquit ; il naît ; il était né ; il serait né ; avoir été né. Il mourut ; il est mort ; il mourra ; il mourrait ; qu'il mourût. Nous mourrons. **10°** Le seigneur parle ; il a parlé ; il avait parlé ; il parlera ; qu'il ait parlé. L'ami est parti ; il partira ; qu'il parte. Pars ; partons ; je partirais ; ils seraient partis ; devant partir ; étant parti. L'artisan essaie ; il essaiera ; qu'il essaie. Nous avons essayé ; avoir essayé. Le loup s'est éveillé ; il s'éveillerait ; il se sera éveillé ; devant s'éveiller. L'ennemi s'est emparé ; il s'empare ; il se sera emparé ; qu'il s'empare. Emparons-nous ; tu t'empareras ; s'être emparé ; il ne s'emparerait pas.	**9°** Parentes hortantur ; hortati sunt ; hortabuntur ; hortentur ; hortati fuissent. Leo venatus est ; venatur ; venabitur ; venatus erat ; venans ; venaturus ; venatus. Lepus veretur ; veritus esset ; vereretur. Lepores verebuntur ; veriti erant. Querimur ; querebaris ; questus est ; querentur ; quererentur ; querens ; questus. Principes pacti sunt, paciscuntur ; paciscebantur ; paciscerentur ; pacti fuissent. Sol oritur ; ortus erat ; orietur ; oriatur ; oriretur ; ortus fuerit ; oriturus ; oriens ; ortus. **10°** Orator nititur ; nitebatur ; nixus fuerat ; nitatur ; nititor ; niteretur ; nixus fuisset ; nixum esse. Hæredes partiuntur ; partiti sunt ; partientur ; partirentur ; partiti erunt. Partiamur ; partitor ; partiens, partiturus. Lapsus es ; labitur ; laberemini ; lapsus fuisset ; lapsum esse ; labens ; lapsus. Fungitur ; fungemini ; fungere ; fungamur ; fungereris ; functus eris ; functi essent ; functum iri. Lapicida metitur ; mensus est ; metiatur ; metiretur ; mensus erat ; metiebatur ; mensurus ; metiens.	Admirer. Mirari, *miror*, atus sum. Artisan. Opi*fex*, *gén.* ficis, m. Avouer. Fat*eri*, eor, fassus sum. Emparer (s'). Pot*iri*, ior, iris, potitus sum. Ennemi. Host*is*, *gén.* is, m. Essayer. Exper*iri*, ior, iris, expertus sum. Étranger. Adven*a*, *gén.* æ, m. Éveiller (s'). Expergi*sci*, or, eris, experrectus sum. Fille. Fil*ia*, *gén.* æ, f. Frère. Frater, *gén.* tris, m. Loup. Lup*us*, *gén.* i, m. Malfaiteur. Malefactor, *gén.* oris, m. Mourir. Mor*i*, ior, eris, mortuus sum (*). Naître. Nas*ci*, cor, eris, natus sum (*). Nourrir (se). vesci, cor, eris. Oublier. Oblivi*sci*, cor, eris, oblitus sum. Parler. Loq*ui*, quor, eris, locutus sum. Partir. Profici*sci*, cor, eris, profectus sum. Prier. Prec*ari*, or, aris, atus sum. Seigneur. Domin*us*, *gén.* i, m. (*) Les trois verbes *morior*, *nascor*, *orior*, font au participe futur *moriturus*, *nasciturus*, *oriturus*.	Arat*or*, *gén.* oris, m. laboureur. Fung*or*, eris, functus sum, fungi, s'acquitter. Hær*es*, *gén.* edis, m., héritier. Hort*or*, aris, atus sum, ari, exhorter. Labor, *gén.* oris, m., travail. Lapicid*a*, *gén.* æ, m., tailleur de pierre. Le*o*, *gén.* onis, m. lion. Lep*us*, *gén.* oris, m., lièvre. Met*ior*, iris, mensus sum, iri, mesurer. Nit*or*, eris, nixus sum, niti, s'efforcer. Or*ior*, iris, ortus sum, oriri, s'élever (*). Paciscor, eris, pactus sum, pacisci, convenir. Parentes, *gén.* tum, pl. m., les parens. Part*ior*, iris, partitus sum, iri, partager. Princ*eps*, *gén.* cipis, m. prince. Quer*or*, eris, questus sum, queri, se plaindre. Sol, *gén.* solis, m., soleil. Ven*or*, aris, venatus sum, venari, chasser. Vere*or*, eris, veritus sum, vereri, craindre.

EXERCICES SUR LES CONJUGAISONS.

Verbes irréguliers.

EXERCICES FRANÇAIS.	EXERCICES LATINS.	DICTIONNAIRE DES THÈMES.	DICTIONNAIRE DES VERSIONS.
11ᵉ L'homme se réjouit ; il se réjouira ; il s'est réjoui : il se réjouissait. Réjouissons-nous ; qu'ils se fussent réjouis. Nous avons coutume ; nous avons eu coutume ; le cerf a coutume ; il eut coutume ; qu'il ait eu coutume ; qu'il eût eu coutume. Avoir coutume ; avoir eu coutume. Le prisonnier a du chagrin ; il aura eu du chagrin ; qu'il n'ait pas de chagrin : il aurait du chagrin ; il aurait eu du chagrin. Le voleur a osé ; il osait ; il oserait ; il aurait osé ; qu'il eût osé. Avoir osé ; devant oser. Porte ; tu portas ; je portais ; nous porterons ; vous portez ; à porter ; portant. Tu seras porté ; vous avez été portés ; vous seriez portés ; avoir été portés. **12ᵉ** Le messager avait apporté ; il apporte ; il apportera ; qu'il apporte ; qu'il apportât : il apporterait. La nouvelle est apportée ; elle sera apportée ; elle aura été apportée. Le domestique a emporté ; il aurait emporté ; qu'il emporte. Les vents ont emporté ; ils emporteront. Les fruits ont été emportés ; ils seront emportés ; ils auraient été emportés. Vous devenez ; tu deviendras ; il est devenu ; devenez ; nous deviendrions ; devenu. La brebis est allée ; elle va ; elle ira ; elle serait allée. Nous allâmes ; il sera allé ; vous irez ; ils iraient ; qu'ils allassent ; être allé ; allant ; en allant.	**11ᵉ** Gaudeamus ; gaudebitis ; gauderent ; gavisus eras ; gavisi essetis ; gaudendo ; gavisum ; gavisurum fuisse ; gavisus. Mendax audet ; audebit ; ausus fuerat ; auderet ; ausus fuisset. Solebamus ; puer solet ; solitus est ; soliti eratis ; solebis. Mœrebas ; mœremus ; mœsti fuerunt ; mœrebunt ; mœrerent ; mœsti fueritis ; mœstus fuisset ; mœrere ; mœstum fuisse. Fers ; tulit ; feret ; ferremus ; laturus ; tulissetis ; tuleramus ; ferte ; ferant ; tulerimus ; latum. Ferris ; feretur ; ferretur ; feramini ; latum iri ; ferendus ; ferre ; feruntor. **12ᵉ** Navis abstulit ; aufert ; abstulerat ; auferre ; auferret ; abstulisset. Aufer ; auferendus ; auferebatis. Calamus auferebatur ; ablatus fuerat ; auferretur ; ablatus fuerit ; auferendum esse. Fi ; fitis ; fieremus ; factus est ; facti fuerint ; fiebatis ; fient ; fitote ; factus ; faciendus. Canis affert ; attulit ; afferto ; attulerit ; afferet ; attulisset ; afferret. Panis afferebatur ; allatus fuit ; afferetur ; allatus fuerat ; afferendus ; afferretur. I ; ibit ; eunt ; iremus ; ivère. Abiit ; abeat ; abires ; abivistis ; abivissent ; abivisse ; abiturus ; abiens ; abeundo ; abiturum fuisse.	Aller. Ire, eo, is, ivi, itum. Apporter. Afferre, fero, fers, attuli, allatum. Avoir coutume. Solere, eo, es, solitus sum. Avoir du chagrin. Mœrere, eo, es, mœstus sum. Brebis. Ovis, *gén.* is, f. Cerf. Cervus, *gén.* i, m. Devenir. Fieri, fio, fis, factus sum, factu. Domestique. Famulus, *gén.* i, m. Emporter. Auferre, fero, fers, abstuli, ablatum. Fruit. Fructus, *gén.* ùs, m. Homme. Homo, *gén.* inis, m. Messager. Nuntius, *gén.* ii, m. Nouvelle. Nuntius, *gén.*, ii, m. Oser. Audere, eo, es, ausus sum. Porter. Ferre, fero, fers, tuli, latum. Prisonnier. Captivus, *gén.* i, m. Vent. Ventus, *gén.* i, m. Voleur. Fur, *gén.* furis, m.	Abeo, is, ii, ou ivi, itum, ire, s'en aller. Calamus, *gén.* i, m., plume. Canis, *gén.* is, m., chien. Mendax, *gén.* acis, m., menteur. Navis, *gén.* is, f., vaisseau. Panis, *gén.* is, m., pain. Puer, *gén.* eri, m., enfant.

EXERCICES SUR LES CONJUGAISONS.

Verbes irréguliers.

EXERCICES FRANÇAIS.	EXERCICES LATINS.	DICTIONNAIRE DES THÈMES.	DICTIONNAIRE DES VERSIONS.
13°. L'arbre a péri ; il aura péri ; il périrait ; il périt, il aurait péri ; devant périr ; périssant. Vous pouviez ; il peut ; nous avons pu ; ils avaient pu ; tu pourras ; ils pourront ; qu'il puisse ; je pourrais ; nous aurions pu ; qu'il ait pu, avoir pu. Je voulais ; tu ne voulais pas ; il voudra ; je ne voudrai pas ; nous avons voulu ; ils n'ont pas voulu ; il avait voulu ; vous n'aviez pas voulu ; que tu veuilles ; que vous ne vouliez pas ; je voudrais ; il ne voudrait pas ; il aurait voulu ; nous n'aurions pas voulu.	**13°** Agmen interiit ; interibit ; interiret ; interiisset. Segetes interierunt ; interibant ; interirent ; interierint. Nequis ; nequeunt ; nequeat ; nequeamus ; nequeant. Noluerat ; nolimus ; nolunto ; nolles ; nolens. Maluimus ; malueritis ; malemus ; malletis. Cœpimus ; cœperatis ; cœperunt ; cœpturus. Mementote ; meminerimus ; meministis ; meminissetis ; meminisse. Odistis ; osi sunt ; oderimus ; oderat ; osi fuerimus ; odisses ; osi fuissetis ; osurum fuisse ; osurus.	Arbor, *gén.* oris, f., arbre. (Pour les verbes, voyez les tableaux des verbes irréguliers).	Agmen, *gén.* minis, n., troupe. Juvenis, *gén.* is, jeune homme. Piger, gra, grum (adj.), paresseux. Otiosus, a, um, oisif, l'homme oisif. Seges, *gén.* etis, f., moisson.
14° Ne veuille pas ; ne veuillez pas. J'aimerais mieux ; il aima mieux ; tu aimais mieux ; nous avons mieux aimé ; il aura mieux aimé ; nous aimerons mieux ; que vous aimiez mieux ; qu'ils eussent mieux aimé ; avoir mieux aimé. Je me souvenais ; ils se souviennent ; souviens-toi ; que nous nous souvenions ; qu'il se souvînt ; souvenez-vous ; ils se souviendraient. Nous haïssons, il hait, ils ont haï ; vous haïtes ; tu haïras ; j'avais haï ; ils haïront ; vous haïrez ; que tu aies haï ; avoir haï ; devoir haïr ; ayant haï.	**14°** Aiebas ; ait ; aistis ; aiant. Inquisti ; inquiunt ; inquit. Oportebit ; oportuerit ; oporteret ; oportuisset ; oporteat ; oportuisse. Illum pœnitebit ; nos pœnituit ; pigrum (*) pœnituerit ; pœnituisset ; pœniteat. Juvenem puduit ; pudebit ; puduerit ; puderet ; nos pudet ; te puduerat ; illos puduisset ; vos pudeat. Avarum non miseret ; non miserebit ; nos miseruit ; te misereret : illum miseruisset. Otiosum tæduit ; tædebit ; tædet ; illos tæduerit ; vos tæduisset.	(*) Avec les cinq verbes, *pœnitet*, *pudet*, *tædet*, *piget*, *miseret*, le nom ou pronom qui sert de sujet au verbe français, se met à l'accusatif en latin.	

NANCY, IMPRIMERIE DE DARD.

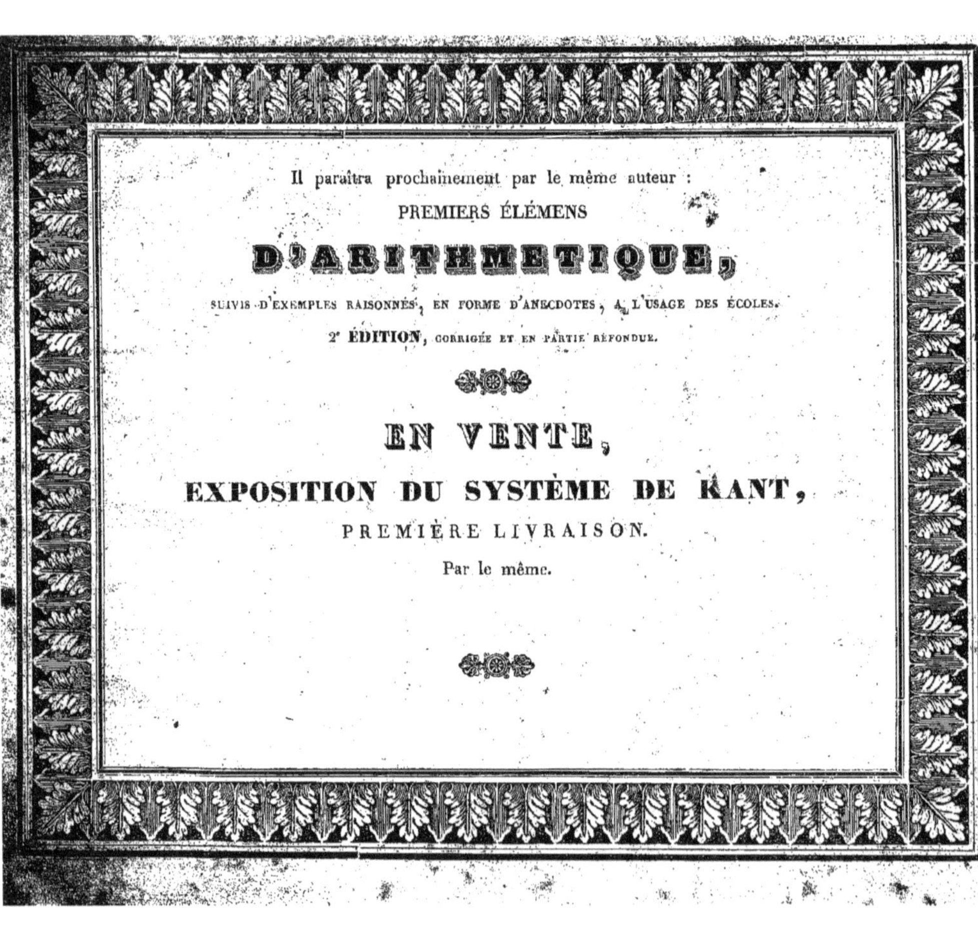

Il paraîtra prochainement par le même auteur :

PREMIERS ÉLÉMENS

D'ARITHMÉTIQUE,

SUIVIS D'EXEMPLES RAISONNÉS, EN FORME D'ANECDOTES, A L'USAGE DES ÉCOLES.

2ᵉ ÉDITION, CORRIGÉE ET EN PARTIE REFONDUE.

※

EN VENTE,

EXPOSITION DU SYSTÈME DE KANT,

PREMIÈRE LIVRAISON.

Par le même.

※